വിജ്ഞാനവർഷം

പുസ്തകം 21

ചിത്രകലയിലെ ചക്രവർത്തിമാർ

chithrakalayile chakravarthimar

•

ponnyam chandran

•

first edition
december 2007

•

second edition
june 2009

•

third edition
december 2010

•

typesetting & published
chintha publishers, thiruvananthapuram

•

printed
akshara offset, thiruvananthapuram

•

cover
shahul aliyar

വിതരണം

ദേശാഭിമാനി ബുക്ക് ഹൗസ്

H O തിരുവനന്തപുരം–695 001

ബ്രാഞ്ചുകൾ

ഓവർബ്രിഡ്ജ് തിരുവനന്തപുരം • കെ എസ് ആർ ടി സി ബസ് സ്റ്റേഷൻ ആലപ്പുഴ • കെ എസ് ആർ ടി സി ബസ് സ്റ്റേഷൻ എറണാകുളം • കലൂർ കൊച്ചി • ഐ ജി റോഡ് കോഴിക്കോട് • മാവൂർ റോഡ് കോഴിക്കോട് • എൻ ജി ഒ യൂണിയൻ ബിൽഡിങ് കണ്ണൂർ • സെൻട്രൽ ബസ് ടെർമിനൽ കോംപ്ലക്സ് താവക്കര കണ്ണൂർ • മച്ചിങ്ങൽ ലെയ്ൻ തൃശൂർ

CR - VV.21 / 1040 / 2574

ചിത്രകലയിലെ ചക്രവർത്തിമാർ

പൊന്ന്യം ചന്ദ്രൻ

ചിന്ത പബ്ലിഷേഴ്സ്
തിരുവനന്തപുരം-695 001
വില: ₹ 85

പൊന്ന്യം ചന്ദ്രൻ

കണ്ണൂർ ജില്ലയിലെ പാനൂരിനടുത്തുള്ള കിഴക്കേ ചമ്പാട് 1959 ഒക്ടോബറിൽ ജനനം. അച്ഛൻ : എം ഗോവിന്ദൻ. അമ്മ: എം കെ നാരായണി. ചുണ്ടങ്ങാപ്പൊയിൽ സെൻട്രൽ എൽ പി സ്കൂൾ, ചുണ്ടങ്ങാപ്പൊയിൽ ഗവ. ഹയർ സെക്കണ്ടറി സ്കൂൾ, മൈസൂർ യൂണിവേഴ്സിറ്റി എന്നിവിടങ്ങളിൽ പഠനം. കേരള സ്കൂൾ ഓഫ് ആർട്സ്-തലശേരി, Ecole Des Beaux Art-France എന്നിവിട ങ്ങളിൽ ചിത്രകലാ പഠനം. കലാവിദ്യാർഥികൾക്കുള്ള ലളിതകലാ അക്കാദമി സ്കോളർഷിപ്പ്, ഫ്രാൻസിൽ ചിത്രകലാപഠനത്തിനുള്ള സ്കോളർഷിപ്പ്, മികച്ച ചിത്രത്തിനുള്ള കേരള ലളിതകലാ അക്കാ ദമിയുടെ പുരസ്കാരം (1992, 1994), അധ്യാപക കലാവേദി അവാർഡ്, അധ്യാപക കലാസാഹിത്യവേദി അവാർഡ്, സുരേ ന്ദ്രൻ സ്മാരക ചെറുകഥാ അവാർഡ്, ജൂനിയർ ചേംബർ കേരള ചാപ്റ്റർ അവാർഡ്, കലാദർപ്പണം പുരസ്കാരം എന്നിവ ലഭിച്ചു. ഡൽഹി, ചെന്നൈ മുംബൈ, കൊൽക്കത്ത, ബാംഗ്ലൂർ, കൊച്ചി തുടങ്ങി 20 ലേറെ നഗരങ്ങളിൽ ഏകാംഗചിത്രപ്രദർശനം നടത്തി യിട്ടുണ്ട്. ഫ്രാൻസിൽ ഉൾപ്പെടെ സംഘചിത്രപ്രദർശനങ്ങളിൽ പങ്കെടുത്തു. എം മുകുന്ദന്റെ *മയ്യഴിപ്പുഴയുടെ തീരങ്ങളിൽ* എന്ന നോവലിനെ ആധാരമാക്കി 45 അടി നീളമുള്ള എണ്ണച്ചായാചിത്രം തയാറാക്കി. സ്വാതന്ത്ര്യസമരകാലത്ത് തലശേരി ജവാഹർഘട്ടിൽ നടന്ന വെടിവെപ്പിനെ ആധാരമാക്കിയും ഇതേ വലിപ്പമുള്ള *സെപ്തംബർ 15* എന്ന ഒറ്റ പെയിന്റിങ് രൂപപ്പെടുത്തി. 2005 ആഗ സ്തിൽ തെക്കേ അമേരിക്കയിലെ വെനസ്വേലയിൽ നടന്ന ലോക യുവജനോത്സവത്തിൽ പങ്കെടുത്തു.

1980 മുതൽ കൂത്തുപറമ്പ് ഹൈസ്കൂളിൽ ചിത്രകലാ അധ്യാപ കനാണ്. പ്രസിദ്ധീകരിച്ച പുസ്തകം *സ്ത്രീ ഇന്ത്യൻ ചിത്രകല യിൽ.*

ഭാര്യ : ജലജ

മക്കൾ : നവനീത്, തേജസ്വിനി

വിലാസം : പി ഒ പൊന്ന്യം, കണ്ണൂർ-670641

മുഖവുര

ചിത്രകലാലോകത്തെ ശ്രദ്ധേയവ്യക്തിത്വങ്ങളുടെ രചനകൾ പരിചയപ്പെടുത്തുക എന്ന കൃത്യമാണ് ഈ പുസ്തകത്തിലൂടെ നിർവഹിക്കാൻ ശ്രമിക്കുന്നത്. ഇതിൽ പരാമർശിക്കുന്ന ചിത്രകാരന്മാരുടെ ഏതാനും രചനകളെയോ രചനാ സമ്പ്രദായത്തെയോ വിലയിരുത്തുകയാണ് ഇതിലൂടെ ഉദ്ദേശിക്കുന്നത്. ഇതിൽ പരാമർശിക്കുന്ന ചിത്രകാരന്മാരുടെ തന്നെ ശ്രദ്ധേയ രചനകൾ എന്ന് പലർക്കും തോന്നിയിട്ടുള്ള മറ്റ് ചിത്രങ്ങളെ പരാമർശിക്കാതെയും പോയിട്ടുണ്ടാകാം.

ഇവിടെ പരാമർശ വിധേയമാക്കുന്ന പതിനെട്ടുപേർ മാത്രമാണ് ലോകചിത്രകലയ്ക്ക് മഹത്തായ സംഭാവന നൽകിയത് എന്ന അഭിപ്രായവും എനിക്കില്ല. എന്തുകൊണ്ടെന്നാൽ നൂറുകണക്കിന് ചിത്രകാരന്മാരുടെ സജീവതയാൽ സമ്പന്നമായിരുന്നു ലോകചിത്രകല. അവരുടെയെല്ലാം ചിത്രങ്ങളെ പരിചയപ്പെടുത്തുക എന്നത് അസാധ്യവുമാണ്. എന്നാൽ ഭിന്നകാലങ്ങളിലായി വിവിധ കലാരീതികളിലൂടെ സഞ്ചരിച്ച ഒരുകൂട്ടം ചിത്രകാരന്മാരുടെ രചനാവൈവിധ്യത്തെയും അവരുടെ ജീവിതത്തെയും പരിചയപ്പെടുത്താൻ മാത്രമേ ഞാൻ തുനിയുന്നുള്ളൂ. പ്രധാനപ്പെട്ട പല പേരുകളും വിട്ടുപോയിട്ടുമുണ്ടാകാം. താരതമ്യേന ചെറിയൊരു പുസ്തകത്തിന്റെ ഈ പരിമിതി മാന്യവായനക്കാരും കലാതൽപ്പരരും മനസിലാക്കുമെന്ന് പ്രത്യാശിക്കട്ടെ.

പൊന്ന്യം ചന്ദ്രൻ

ഉള്ളടക്കം

1

ലിയനാർഡോ ദാവിഞ്ചി

(1452-1519)

ആയിരത്തിനാന്നൂറ്റി അൻപത്തിരണ്ട് ഏപ്രിൽ 15ന് ഇറ്റലിയിൽ ലിയനാർഡോ ദാവിഞ്ചി ജനിച്ചു. ഒരു ധനികകുടുംബാംഗത്തിന് ഗ്രാമീണ കർഷക യുവതിയിൽ പിറന്നവനായതുകൊണ്ട് കുടുംബത്തിൽ അദ്ദേഹം സ്വീകരിക്കപ്പെട്ടില്ല. അങ്ങനെ ദാവിഞ്ചി കുടുംബം ലിയനാർഡോയെ എടുത്ത് വളർത്തുകയായിരുന്നു. ദാവിഞ്ചിയുടെ ചിത്രതാൽപ്പര്യം അറിഞ്ഞതോടെ പ്രശസ്ത ചിത്രകാരനും ശില്പിയുമായ അൻദ്രിയ ദെൽ വെറോഷ്യോ (Andria del Verochio) അദ്ദേഹത്തെ തന്റെ ശിഷ്യനാക്കി. അങ്ങനെ അതിപ്രഗൽഭനായ കലാകാരന്റെ ശിഷ്യത്വത്തിൽ കലാപഠനം നടത്തിയ ലിയനാർഡോ കൂറ്റൻ അൾത്താരാ ചിത്രങ്ങളും മാർബിൾ, വെങ്കലം എന്നിവയിൽ ശില്പങ്ങളും രചിക്കുന്ന ജോലികളിൽ പരിശീലനം നേടി.

ചിത്രകലയിൽ മാത്രം ഒതുങ്ങി നിന്ന പ്രതിഭാശാലിയായിരുന്നില്ല ലിയനാർഡോ (Leonardo da Vinci). ലോകപ്രശസ്തനായ ഗണിതശാസ്ത്രജ്ഞനായി അറിയപ്പെടാനും അദ്ദേഹത്തിന്റെ ഗണിതവൈഭവം ഇടയാക്കിയിട്ടുണ്ട്. സംഗീതം, വാസ്തുവിദ്യ എന്നിവയിലും ആയുധങ്ങൾ, യന്ത്രങ്ങൾ, മടക്കിയെടുക്കാവുന്ന പാലങ്ങൾ എന്നിവയുടെ രൂപകൽപ്പനയിലും അതിവൈദഗ്ദ്ധ്യം കാണിച്ചതിനുള്ള അംഗീകാരം അദ്ദേഹത്തിന് ലഭിച്ചിട്ടുണ്ട്. *മൊണാലിസ*യും *അവസാനത്തെ അത്താഴ*വും ലോക ചിത്രകലയിലെതന്നെ അത്ഭുതങ്ങളായി അവശേഷിക്കുന്നു. ഫ്രാൻസിലും ഇറ്റലിയിലുമായിട്ടാണ് തന്റെ ചിത്രങ്ങളും ശില്പങ്ങളും പ്രധാനമായി ലിയനാർഡോ രൂപപ്പെടുത്തിയത്. 1519–ൽ ലോകത്തോട് വിടപറഞ്ഞ ലിയനാർഡോയുടെ കലാവൈഭവങ്ങൾ ലൂവ്റ് മ്യൂസിയത്തിലും മറ്റ് യൂറോപ്യൻ നാടുകളിലെ മ്യൂസിയങ്ങളിലും സ്ഥാനം പിടിച്ചിട്ടുണ്ട്.

ലിയനാർഡോ ദാവിഞ്ചി

സാമൂഹ്യജീവിതത്തിന്റെ സമസ്തമണ്ഡലങ്ങളിലും വിഹരിച്ച കലാകാരനായി ലിയനാർഡോ ദാവിഞ്ചിയെ ലോകം ആദരിക്കുന്നുണ്ട്. വിമാനത്തിന്റെയും യുദ്ധോപകരണങ്ങളുടെയും മാതൃകകൾ ഉണ്ടാക്കി ലോകത്തിന് കാണിച്ചുകൊടുത്തത് ലിയനാർഡോ ആയിരുന്നു. ഇരുപതാമത്തെ വയസ്സുമുതൽ മുപ്പതാമത്തെ വയസ്സുവരെ ഫ്ളോറൻസിൽ കഴിച്ചുകൂട്ടാനിടയായ ലിയനാർഡോ അനേകായിരം സ്കെച്ചുകൾ കുറിച്ചുവയ്ക്കുകയും സജീവമായി ചിത്രരചനയിൽ ഏർപ്പെടുകയും ചെയ്തു. *മൊണാലിസ, അവസാനത്തെ അത്താഴം* എന്നീ ചിത്രങ്ങളിലൂടെതന്നെ എക്കാലവും കലാലോകം ഓർക്കാൻ പാകത്തിൽ ചിത്രശില്പകലാരംഗത്ത് തന്റെ സാന്നിദ്ധ്യം ഉറപ്പാക്കിയ മഹാനുഭാവനായ ചിത്രകാരനാണ് ലിയനാർഡോ. കൊട്ടാരച്ചുവരുകളിലും വലിയ അൾത്താരകളിലും കൂറ്റൻ ചിത്രങ്ങൾ കോറിയിട്ടുകൊണ്ടിരുന്ന കാലത്താണ് ലിയനാർഡോയും ചിത്രം രചിക്കുന്നത്. ഈ നിലയിലുള്ള ചിത്രങ്ങൾക്ക് ഉപയോഗിച്ച നിറരീതികളും രൂപവിതാന പ്രത്യേകതകളും ദാവിഞ്ചിയെ വളരെയേറെ സ്വാധീനിക്കുകയുണ്ടായി. 13 ഉം 14 ഉം നൂറ്റാണ്ടുകളിലെ ചിത്രങ്ങളുടെ സ്വാധീനം ലിയനാർഡോയുടെ ക്യാൻവാസുകളിലും കാണാം. 15-ാം നൂറ്റാണ്ടിൽ ജീവിച്ചിരുന്ന മസാഷ്യോ (Masaccio) എന്ന ചിത്രകാരന്റെയും ഇതേ കാലയളവിൽ ജീവിച്ചിരുന്ന ജെൻദൈൽ ദ ഫാബ്രിയാനോ (Gentile da Fabriano) എന്ന ചിത്രകാരന്റെയും ചിത്രങ്ങളിൽ പ്രകൃതിയുടെ പശ്ചാത്തലത്തിലുള്ള മനുഷ്യരൂപം തന്നെയാണ് കാണാനാവുന്നത്. 1435-ൽ രേഖപ്പെടുത്തിയ ജാൻ വാൻ ഐക്ക് (Jan Van Eyck) ന്റെ *The Madonna with the chancellor Rolin* എന്ന ചിത്രത്തിൽ രാജകീയ പ്രൗഢിയുടെ പശ്ചാത്തലസൗധത്തിനകത്തുനിന്നുള്ള ദൃശ്യമാണ് ആവിഷ്കരിക്കുന്നത്. ഇവിടെയും കൊട്ടാരസമാനമായ കെട്ടിടത്തിന്റെ അകം ഭാഗവും വളരെ സൂക്ഷ്മാംശം നൽകി വിശദീകരിച്ചുകൊണ്ടുള്ള പ്രകൃതിയുടെ ചിത്രീകരണവുമാണ് നിർവ്വഹിച്ചിരിക്കുന്നത്. ഏതാണ്ട് ഇതേ കാലയളവിലാണ് പ്രകൃതിദൃശ്യചിത്രം, ഏത് ചിത്രത്തിന്റെയും പശ്ചാത്തല ചിത്രമായി സൂക്ഷ്മാംശങ്ങളോടെ തന്നെ അവതരിക്കാൻ ശ്രമം തുടങ്ങിയത് എന്നുവേണം കരുതാൻ. ക്രിസ്തുവിന് മുൻപുള്ള കാലയളവിൽ ഗുഹാഭിത്തികളിൽപ്പോലും കോറിയിട്ട ചിത്രങ്ങളിൽ പ്രകൃതിയുടെ ചെറിയ ഭാഗങ്ങളെങ്കിലും പരാമർശിക്കാൻ പലസന്ദർഭങ്ങളിലും ചിത്രം രചിച്ചവർ തയ്യാറായതായി കാണാം. ജീവിക്കുന്ന കാലത്തിന്റെ സൂചകമായി ഭൂതലസാക്ഷ്യം ഉണ്ടാക്കാനാണ് മിക്ക ചിത്രകാരന്മാരും ശ്രമിച്ചുപോന്നത്. ഈ നിലയ്ക്കുള്ള ശ്രമം തന്നെയാണ് *മൊണാലിസ*യിലും കാണാനാവുന്നത്. അതിസൂക്ഷ്മാംശങ്ങൾ നിറഞ്ഞു നിൽക്കുന്ന കുന്നിൻപുറ ദൃശ്യങ്ങളും തടാകങ്ങളും നീരൊഴുക്കുകളും ഒക്കെ ചിത്രീകരിക്കാൻ ഇതിൽ തയ്യാറായിട്ടുണ്ട്. എന്നാൽ *മൊണാലിസ* രചിക്കുന്നതിനും 50 കൊല്ലം

മുമ്പ് റോജിയർ വാൻഡെർ വെയ്ഡൻ (Rogier Vander Weyden) വരച്ച *Portrait of a lady* എന്ന ചിത്രത്തിൽ തലയിൽ സുതാര്യമായ തുണി പോലുള്ള തൊപ്പി ഉണ്ടാക്കി ധരിച്ച യുവതിയുടെ ചിത്രമാണുള്ളത്. എന്നാൽ ഈ ചിത്രത്തിൽ യുവതി ധരിച്ച കറുത്ത വസ്ത്രത്തിന്റെ അതേ കറുപ്പിൽ തന്നെയാണ് പശ്ചാത്തല നിറവും ഒരുക്കിയിരിക്കുന്നത്. ഇതുകൊണ്ടുതന്നെ എല്ലാവരും ചിത്രപശ്ചാത്തലത്തിൽ ഭൂഭാഗങ്ങൾ ക്രമീകരിക്കാൻ തയ്യാറായില്ല എന്നു പറയാം. 15-ാം നൂറ്റാണ്ടിന്റെ അവസാനഘട്ടത്തിൽ ഫ്രഞ്ചുകാർ മിലാൻ കീഴടക്കിയതോടെ ലിയനാർഡോ ഫ്ളോറൻസിലേക്ക് മടങ്ങി. ഇവിടെവച്ചാണ് *മൊണാലിസ* ജന്മംകൊള്ളുന്നത്. പാരീസിലെ ലൂവ്റ് മ്യൂസിയത്തിൽ അതീവ സുരക്ഷിതത്വത്തോടെ പ്രദർശിപ്പിച്ചിരിക്കുന്ന അദ്ദേഹത്തിന്റെ എക്കാലത്തേയും പ്രസിദ്ധമായ *മൊണാലിസ* ഇതിനകംതന്നെ വ്യത്യസ്തങ്ങളായ അനേകം വ്യാഖ്യാനങ്ങൾക്ക് പാത്രീഭൂതമായിട്ടുണ്ട്. ഒരു ഇറ്റാലിയൻ വനിതയുടെ പുഞ്ചിരിക്കുന്ന രൂപമാണ് *മൊണാലിസ*യിൽ. ഫ്ളോറൻസുകാരനായ പ്രഭു മാർക്വിഡെ ഴിയോ കോൺഡോ (Marquidel Giocondo) എന്നയാളുടെ ഭാര്യയാണ് ചിത്രത്തിന് മാതൃകയായത്. പർവ്വതങ്ങൾക്കുമുന്നിൽ പുഞ്ചിരിതൂകി നിൽക്കുന്ന *മൊണാലിസ*യിലേക്ക് അവശ്യം ആവശ്യമായ പ്രകാശം കൂടി ചേർന്നു നിൽക്കുന്നതോടെ ഇരുണ്ട വസ്ത്രങ്ങളെ ചേർത്തുപിടിച്ചിരിക്കുന്ന കൈകളിലേക്കും പ്രസാദാത്മകത്വം ഒഴുകിയെത്തുന്നുണ്ട്. ഒരു ചിത്രകാരനുമുന്നിൽ മോഡലായി ഇരിക്കുമ്പോൾ മോഡലാവുന്ന ആളിൽ ഓരോ നിമിഷാർദ്ധത്തിലും മിന്നിമറഞ്ഞുകൊണ്ടിരിക്കുന്ന വ്യത്യസ്ത ഭാവങ്ങളുടെ സമ്മിശ്രവികാരമാണ് മുഖരൂപങ്ങളിലൂടെ പ്രകടമാവുന്നത്.

മൊണാലിസ എന്ന പെയിന്റിംഗിനെ സാക്ഷി നിർത്തുകമാത്രം ചെയ്ത്, അതിലെ ഭാവവ്യത്യാസങ്ങളെല്ലാം പൂർണ്ണമായും ഉപേക്ഷിച്ച് ചിത്രത്തിന് മാതൃകയായി ഇരുന്ന വനിതയുടെ സമ്മിശ്രവികാരങ്ങളിലേക്ക് സഞ്ചരിക്കാനാണ് ഓരോ ചിത്രവായനക്കാരനും സന്നദ്ധമാവേണ്ടത്. ഈ നിലയിലുള്ള ഒരു ചിത്രവായന *മൊണാലിസ*യുടെ കാര്യത്തിൽ നിർവ്വഹിക്കാൻ നാം ശ്രമിക്കുമ്പോൾ നിശ്ചയമായും മോഡലായി ഇരുന്ന ആളിൽ താൻ വരയ്ക്കപ്പെടുമ്പോൾ സംഭവിക്കാനിരിക്കുന്ന രേഖീയവും നിറപരവും ഭാവപരവുമായ പ്രത്യേകതകൾ എന്തൊക്കെയെന്ന ഉൽക്കണ്ഠകൾ സ്വാഭാവികം മാത്രമാണ്.

വരയ്ക്കുന്ന ചിത്രകാരനും ചിത്രത്തിന് വിധേയമാവുന്ന (മോഡലാവുന്ന) ആളും ക്യാൻവാസിൽ രൂപംപ്രാപിച്ചുകൊണ്ടേയിരിക്കുന്ന ചിത്രവും തമ്മിലുള്ള ത്രികോണ ബന്ധം (Triangular Relation) തിരിച്ചറിയാനാവാതെ, മോഡലായി ഇരുത്തി വരയ്ക്കപ്പെടുന്ന ഒരു ചിത്രത്തിന്റെ സമ്പൂർണ്ണവായന സാധ്യമാവാതെ പോവുന്നു എന്നതാണ് യാഥാർത്ഥ്യം. മോഡലായി ഇരിക്കുന്ന ആളുടെ അത്ഭുതാതിരേകവും ഉൽക്കണ്ഠകളും എല്ലാം ചേർന്ന സമ്മിശ്ര വികാരത്തിന്റെ പ്രതിഫലനം കൂടിയായി രൂപം

കൊള്ളുന്ന ചിത്രം മാറുന്നതാണ്. കേവലസൗന്ദര്യ ആസ്വാദനത്തിന്റെ മാത്രം ഭാഗമായുള്ള തലത്തിലല്ല ഒരു പോർട്രെയിറ്റുപോലും നാം കാണേണ്ടത് എന്ന പാഠം *മൊണാലിസ* നന്നായി നൽകുന്നുണ്ട്. നേർത്ത ചുവപ്പു ഛായയുള്ള ഇരുണ്ട നിറംതന്നെ വസ്ത്രമായി അണിയുമ്പോഴും ഇതിന്റെ ഒരു വകഭേദംപോലെതന്നെയാണ് പശ്ചാത്തലവും രൂപംകൊള്ളുന്നത്. Brownish Green ഇരുണ്ട പശ്ചാത്തല നിറങ്ങളായി പലയിടങ്ങളിലും പ്രത്യക്ഷമാവുന്നുണ്ട്.

1911 ൽ പാരീസിൽനിന്നും മോഷ്ടിക്കപ്പെട്ട *മൊണാലിസ* 1913 ലാണ് തിരിച്ചുകിട്ടുന്നത്. മനുഷ്യശരീരഘടനയെക്കുറിച്ച് ശാസ്ത്രീയമായി പഠിക്കുകയും അടിസ്ഥാനഗ്രന്ഥങ്ങൾ രചിക്കുകയും ചെയ്തിരുന്ന ചിത്രകാരനാണ് ലിയനാർഡോ ദാവിഞ്ചി. ശവശരീരങ്ങൾ പരിശോധിച്ചും പഠിച്ചും പോലും ചിത്രങ്ങൾ രൂപപ്പെടുത്താൻ ദാവിഞ്ചി തയ്യാറായിരുന്നു. *വിട്രുവൻമാൻ* (1492) ഈ രീതിയിലുള്ള പ്രസിദ്ധമായ രചനയാണ്.

മിലാനിലെ ഒരു സന്യാസിമഠത്തിലെ ചുവർചിത്രമായാണ് *അവസാനത്തെ അത്താഴം* എന്ന പ്രസിദ്ധ ചിത്രം ദാവിഞ്ചി വരച്ചത്. യേശുക്രിസ്തു ശിഷ്യരോടൊത്തു നടത്തിയ അവസാനത്തെ അത്താഴത്തെ ആധാരമാക്കിയാണ് ഈ ചിത്രം രചിച്ചത്. അവസാനത്തെ അത്താഴ സന്ദർഭത്തിൽ 'നിങ്ങളിൽ ഒരുവൻ എന്നെ ഒറ്റിക്കൊടുക്കും' എന്ന യേശുവിന്റെ അഭിപ്രായപ്രകടന സന്ദർഭമാണ് ചിത്രത്തിൽ ആവിഷ്കരിച്ചത്.

ലോകചിത്രകലയിൽ ഏറെ ശ്രദ്ധേയമായ നിലയിൽ ചർച്ചചെയ്യപ്പെടാൻ ഇടയായ *അവസാനത്തെ അത്താഴം* ചുവർ ചിത്രരചനയിലൂടെയുള്ള നിലനിൽപ്പിന് അനിവാര്യമായ ചിത്രതലം ഒരുക്കാത്തതിനാൽ തന്നെ പ്രാരംഭ പ്രൗഢി തുടർന്ന് നിലനിർത്താൻ കഴിയാതെ പോയിട്ടുണ്ട്.

തന്റെ വിലപ്പെട്ട സമയം വ്യത്യസ്ത തുറകൾക്ക് പകുത്തു നൽകുകയും വ്യാപരിച്ച എല്ലാ മേഖലകളിലും ലോകനിലവാരത്തിലുള്ള ശ്രദ്ധ തന്നെ പിടിച്ചുപറ്റുകയും ചെയ്ത പ്രതിഭാശാലിയായിരുന്നു ലിയനാർഡോ ദാവിഞ്ചി. അതേസമയം ചിത്രകലയ്ക്ക് തന്റെ സമയം ഭാഗികമായി മാത്രം വിനിയോഗിക്കാൻ അവസരം കിട്ടിയിട്ടും, വിഖ്യാത ചിത്രകാരനെന്ന പെരുമ നേടാൻ കഴിഞ്ഞതും അഞ്ചുനൂറ്റാണ്ട് പിന്നിടുമ്പോഴും ചിത്രകലാചരിത്രത്തിലെ ചക്രവർത്തിമാരിൽ ഒരാളായി വിരാജിക്കാൻ കഴിയുന്നതും അദ്ദേഹത്തിന്റെ പ്രതിഭയ്ക്കു നിദർശനമാണ്..

2

അൽബ്രേഷ് ദുരെ

(1471-1528)

ആയിരത്തി നാന്നൂറ്റി എഴുപത്തി ഒന്നിൽ ന്യൂറംബർഗിൽ ജനിച്ചു. തന്റെ 57 വർഷം നീണ്ട ജീവിതം ജലച്ഛായ ചിത്രരചനയ്ക്കായി സമർപ്പിക്കുകയായിരുന്നു ദുരെ.

1494 ൽ ഇറ്റലിയിലേക്കുള്ള യാത്ര ചിത്രകലയിൽ ഏറെ പഠിക്കാനും വ്യാപരിക്കാനും ഇടയാക്കി. 1495 ൽ വെനീസിൽ നടത്തിയ യാത്രയ്ക്കിടയിലും ദുരെ നടത്തിയ അന്വേഷണാത്മക സ്കെച്ചുകളും ജലച്ഛായാ ചിത്രങ്ങളും അദ്ദേഹത്തിന്റെ തുടർന്നുള്ള കലാ ജീവിതത്തിന് വലിയ മുതൽക്കൂട്ട് ആയി മാറുകയായിരുന്നു.

അൽബ്രേഷ് ദുരെയുടെ (Al-brecht Durer) ബാല്യജീവിതത്തിലെ ഏറ്റവും വലിയ കൂട്ടുകാരനായിരുന്ന വില്ലിബാൾഡ് പിർക്കെയ്മെർ (Willibald Pirckheimer) ന്റെ അനേകം സ്കെച്ചുകളും ദുരെ രേഖപ്പെടുത്തിയിട്ടുണ്ട്. മറ്റു ചിത്രകാരൻമാരിൽ നിന്നും ദുരെയെ വേർതിരിച്ച് നിർത്തുന്നത് ചിത്രത്തിലെ അതിസൂക്ഷ്മത രേഖപ്പെടുത്തുന്നതിലെ മിടുക്കായിരുന്നു.

ജലച്ഛായ ചിത്രരചനയുടെ ചരിത്രം പഠിക്കുന്നവർക്ക് അൽബ്രേഷ് ദുരെയുടെ ചിത്രങ്ങൾ പഠിക്കാതെ മാറി നിൽക്കാനാവില്ല എന്ന നില വന്നിട്ടുണ്ട്. 1528 ഏപ്രിൽ 6 ന് അൽബ്രേഷ് ദുരെ ലോകത്തോട് വിടപറഞ്ഞു.

അൽബ്രേഴ് ദുരെ

പ്രകൃതിദൃശ്യ ജലച്ഛായാചിത്രരചനയിൽ കലാചരിത്രപാഠത്തിനുതകുന്ന ഏറെ ചിത്രങ്ങൾ രൂപപ്പെടുത്തിയ അൽബ്രേഴ് ദുരെ (Albrecht Durer) യുടെ ചിത്രങ്ങൾ പ്രധാനമായും മ്യൂണിക്ക് (Munich), ബ്രിട്ടീഷ് മ്യൂസിയം, ലണ്ടൻ തുടങ്ങിയ സ്ഥലങ്ങളിലെ നിരവധി കലാശാലകളിൽ സ്ഥാനം പിടിച്ചിട്ടുണ്ട്. താൻ ഏർപ്പെട്ടിരിക്കുന്ന ചിത്രകലാ ലോകത്ത് അതിസൂക്ഷ്മമായ പഠനം നടത്തുന്നതിനുള്ള ശ്രമംതന്നെയാണ് ദുരെ നടത്തിയത്. മൈക്രോസ്കോപ്പിക് ആയ അവതരണം ബ്രഷിൻതുമ്പിലൂടെ സാധ്യമാക്കാം എന്ന് കാണിച്ചു കൊടുത്ത അദ്ദേഹം ഒരേ സമയം തന്നെ ജലച്ഛായാ ചിത്രരചനയുടെ മറ്റ് സങ്കേതങ്ങൾ ഉപയോഗിച്ചു കൊണ്ട് രചന നിർവ്വഹിക്കുകയുണ്ടായി. 1495–ൽ ചെയ്ത കുന്നിൻപുറ ദൃശ്യങ്ങളും 1525–ൽ രേഖപ്പെടുത്തിയതും വിയന്നയിലെ മ്യൂസിയത്തിൽ സ്ഥാനം പിടിച്ചതുമായ ഭൂഭാഗ ദൃശ്യങ്ങളും നിറങ്ങളുടെ വളരെ നേർത്ത പ്രയോഗത്താൽ പ്രത്യേകത അർഹിക്കുന്നതാണ്. ജലച്ഛായത്തിന്റെ സുതാര്യതാ സങ്കേതം തനിക്കുചുറ്റും പരിചയപ്പെടുത്തുന്നതിൽ അൽബ്രേഴ് ദുരെയെപ്പോലെ അധികം പേർ വിജയിച്ചതായി പറയാനാവില്ല. തന്റെ മുന്നിൽ പ്രകൃതിദൃശ്യചിത്രകലയ്ക്ക് ഏറെ മാതൃകകൾ പിന്തുടരാനില്ലാത്തിടത്താണ് ജലച്ഛായത്തിൽ കുന്നിൻപുറ ദൃശ്യങ്ങളും താഴ്വാരങ്ങളും ഉൾപ്പെടെയുള്ള ഭൂഭാഗദൃശ്യങ്ങൾ നേർത്ത നിറങ്ങളിലെ വൻ സ്ട്രോക്സുകളാൽ ദുരെ തീർത്തിരിക്കുന്നത്. ഒരേ ചിത്രത്തിൽ തന്നെ അതിസൂക്ഷ്മമായ തലങ്ങളെ വിശദാംശങ്ങൾ പ്രകടമാക്കിക്കൊണ്ടും അല്ലാത്തവ ജലച്ഛായാ ചിത്രശൈലിയിലെ വാഷ് ടെക്നിക് ഉപയോഗിച്ചും ക്രമപ്പെടുത്താൻ അൽബ്രേഴ് ദുരെക്ക് ഏറെ കഴിയുന്നു എന്നതാണ് യാഥാർത്ഥ്യം. ഓക്സ്ഫോർഡിലെ അഷ്മൊലിയൻ മ്യൂസിയത്തിലെ *A Mountain Scene* എന്ന ചിത്രം ശ്രദ്ധേയ രചനതന്നെയാണ്. 1495 ൽ രൂപപ്പെടുത്തിയ ഈ ചിത്രം വെനീസിന്റെ യാത്രാപഥത്തിന്റെ ശേഷിപ്പുകളിൽ പ്രധാനപ്പെട്ടതായി കലാനിരൂപകർ വിലയിരുത്തുന്നുണ്ട്. ചിത്രത്തിൽ രൂപപ്പെടുത്താൻ ഉപയോഗിക്കുന്ന വസ്തുവിന്റെ പ്രകൃതം ഏതു തരത്തിലുള്ളതായാലും അതിനെ തന്മയത്വം ഒട്ടുംകുറയാതെ തന്നെയാണ് ദുരെ ചിത്രീകരിക്കുന്നത്. എന്നാൽ ഭൂഭാഗ ജലച്ഛായാചിത്രങ്ങൾ, മുള്ളുചെടികളും അതിനകത്ത് അഭിരമിക്കുന്ന ചെറുപ്രാണികളും ഫോട്ടോഗ്രാഫിക് സങ്കേതത്തിൽ പാകപ്പെടുത്തിയ ചിത്രംപോലെ തന്നെയാണ് ദുരെ ചിത്രീകരിക്കുന്നതെങ്കിലും പ്രകൃതി രൂപങ്ങളിലെ മറ്റൊരുമുഖം അദ്ദേഹം ചിത്രീകരിക്കുന്നത് അർദ്ധ അമൂർത്തശൈലിയിലാണ്. ജപ്പാൻ, ചൈന തുടങ്ങിയ ഇടങ്ങളിൽ പിന്നീടു വന്ന ചിത്രകാരൻമാരുടെ വാഷ് ടെക്നിക്കുകൾ ഇതിനോട് താദാത്മ്യം പുലർത്തുന്നതാണ്. അൽബ്രേഴ് ദുരെയുടെ ജലച്ഛായാ ചിത്രങ്ങൾ ഈ നിലയിൽ ലോകമെങ്ങുമുള്ള ജലച്ഛായാ ചിത്രകാരന്മാരുടെ പ്രചോദനമായി എന്നു കണക്കാക്കാം. കാരണം പതിനഞ്ചും പതിനാറും നൂറ്റാണ്ടുകളിലാണ്

ജലച്ഛായാ മാധ്യമത്തിൽ ചിത്രങ്ങൾ ഏറെ രൂപപ്പെടുകയും അതിന് ലോകതലത്തിൽ ശ്രദ്ധനേടാൻ കഴിഞ്ഞതും എന്ന് ചിത്രകാരൻമാർ പറയുന്നുണ്ട്.

വിവിധ രാജ്യങ്ങൾ സന്ദർശിച്ച് തന്റെ ചിത്രപരിചയം സമ്പുഷ്ടമാക്കാൻ ശ്രമം നടത്തിയ അൽബ്രേഴ് ദുരെ ഡ്രോയിംഗുകൾക്കും സ്കെച്ചുകൾക്കും രണ്ടുരീതി തന്നെ പലഘട്ടങ്ങളിലായി സ്വീകരിച്ചതായി കാണാനാവുന്നതാണ്. നങ്കൂരമിട്ടിരിക്കുന്ന പായക്കപ്പലുകളുടെയും തോണികളുടെയും നൂറുകണക്കിനു സ്കെച്ചുകൾ ദുരെ രേഖപ്പെടുത്തിയത് വളരെ യഥാർത്ഥമായ രീതിയിൽ തന്നെയാണ്. ഡ്രോയിംഗുകൾക്ക് പുലർത്തേണ്ടുന്ന രേഖീയ തലങ്ങളെല്ലാം ഇത്തരം ചിത്രങ്ങളിൽ ക്രമപ്പെടുത്തിയിട്ടുണ്ട്. എന്നാൽ 1503 ൽ വരച്ച അദ്ദേഹത്തിന്റെ സുഹൃത്തായ പിർക്കെയ്മറിന്റെ (Pirekheimer) സ്കെച്ച്പെൻസിൽ ഷെയ്ഡിൽ ഇരുളും വെളിച്ചവും ദ്യോതിപ്പിക്കുന്ന മട്ടിൽ തന്നെ പ്രകടമാക്കിയാണ് ചെയ്തത്.

എന്നാൽ ഇത്രമാത്രം മൃദുലമായ ഷെയ്ഡുകൾ ഇല്ലാതെ തന്നെ ഇക്കാലയളവിൽ (1494 ൽ) അദ്ദേഹം വരച്ച തന്റെ ഭാര്യ അഗ്നേഫ്രേയുടെ ചിത്രം കരുത്തുറ്റ ഡ്രോയിംഗുകളുടെ ഗണത്തിൽപ്പെടുന്നുണ്ട്. വെനീസിലേക്കുള്ള രണ്ടാംയാത്ര യഥാർത്ഥത്തിൽ ദുരെയുടെ ചിത്രജീവിതത്തിൽ സാരമായ വ്യത്യാസം ഉണ്ടാക്കിയിരുന്നു. മനുഷ്യരൂപരചനയിലെ ക്ലാസിക്കൽ രീതി പിന്തുടരാനും ഇതോടെ അദ്ദേഹം ഏറെ ശ്രദ്ധിച്ചു പോന്നതായി കാണാം. രണ്ടാം ഇറ്റാലിയൻ സന്ദർശനശേഷവും ഈ നിലയിൽ ഏറെ ചിത്രങ്ങൾ അദ്ദേഹം ചെയ്തിട്ടുണ്ട്. ഇക്കൂട്ടത്തിൽ ഏറെ Self Portrait കൾ തന്നെ ചെയ്തതായും കാണുന്നുണ്ട്. ഈ ചിത്രങ്ങളിലൂടെ കേവലമായ Portrait എന്നതിനേക്കാൾ ഉപരി ഏറെ മാനസിക വ്യഥ അനുഭവിക്കുന്ന ചിത്രകാരനെ തന്നെയായിരുന്നു അദ്ദേഹം വരച്ചുതീർത്തത്. ഭൂഭാഗദൃശ്യങ്ങളുടെ പശ്ചാത്തലത്തിൽ (ജനൽ വിടവിലൂടെ ദൃശ്യമാവുന്ന ചിത്രം) ബന്ധിതനാക്കപ്പെട്ട ചിത്രകാരനെയാണ് പരാമർശിക്കുന്നത്. 1498 ൽ വരച്ച Self Portrait സീരീസിൽപ്പെട്ട ചിത്രമായിരുന്നു ഇത്. സ്പെയിനിന്റെ തലസ്ഥാനമായ മാഡ്രിഡിലെ പ്രാദോ ഗാലറിയിൽ ആണ് പ്രസ്തുത ചിത്രം പ്രദർശിപ്പിച്ചിട്ടുള്ളത്. ദുരെയുടെ പെയിന്റിംഗുകൾ വിശേഷിച്ച് മനുഷ്യരൂപ രചനകൾ ക്രമപ്പെടുത്തുന്നത് പ്രകൃതിയുടെ പശ്ചാത്തലത്തിൽ തന്നെയാണ്. മുറിയിൽ നിന്നും അകലേക്ക് നോക്കിക്കാണാവുന്ന പ്രകൃതിയായോ അതല്ലെങ്കിൽ മുറിക്കകത്ത് അലങ്കരിച്ച പ്രകൃതി ദൃശ്യചിത്രമായോ നമുക്ക് അത് അനുഭവപ്പെടുന്നു.

എ ഡി 1500 ന് ശേഷമുള്ള കാലയളവിൽ ആണ് ദുരെ പ്രധാനമായും മനുഷ്യരൂപങ്ങളുടെ നിറവോടെയുള്ള സാന്നിദ്ധ്യം പ്രകടമാക്കുന്ന ചിത്രങ്ങൾ ചെയ്തത്. ഇതിന് പ്രധാനമായും അദ്ദേഹം തിരഞ്ഞെടുത്ത വിഷയമാകട്ടെ മനുഷ്യകുലത്തിന്റെ ചരിത്രവുമായോ സാംസ്കാരികമായ

ഉയർച്ചയുടെ വഴി അറിയിക്കുന്നതോ ഒക്കെ ആയിരുന്നു. ബ്രിട്ടീഷുകാർ സ്വീകരിച്ചു വരുന്ന നിറപ്രയോഗ രീതികളും നിറ തിരഞ്ഞെടുപ്പും ദുരെ ഇവിടെയും കാണിക്കുന്നുണ്ട്. Engraving രീതിയിലുള്ള ചിത്രങ്ങൾ വളരെ ചടുലത ഉള്ളത് തന്നെയായിരുന്നു. ഈ ചടുലത അദ്ദേഹത്തിന് കൈവരിക്കാനായത് സാംസ്കാരികവും രാഷ്ട്രീയവുമായ ചരിത്ര പശ്ചാത്തലം Engraving രീതിയിലുള്ള ചിത്രങ്ങൾക്ക് വിഷയമാക്കാൻ കഴിഞ്ഞതുകൊണ്ടുകൂടിയാണ്. രാജകീയ ഭരണത്തിന്റെ അധിനിവേശവും ഇതിനെതിരായ പരിമിതമായ ചെറുത്തുനിൽപ്പും ചിത്രത്തിൽ പ്രകടമാക്കുന്നുണ്ട്. Engraving Drawing ഏറെയും 1500 നും 1510നും ഇടയിലുള്ള വർഷക്കാലം ആയിരുന്നു ചെയ്തത്. രാജകീയ പ്രൗഢിയുടെ നിറവും ക്രിസ്തുദേവന്റെ കുരിശാരോഹണവും ഒക്കെയായിരുന്നു ചിത്രങ്ങൾക്ക് വിഷയമായിരുന്നത്. സറിയലിസ്റ്റ് രീതിയും ചിത്രങ്ങളിൽ ഭാഗികമായി രൂപപ്പെടുത്തിയിട്ടുണ്ടായിരുന്നു. 1502 ൽ ദുരെ വരച്ച മുയലിന്റെ ചിത്രം ഏറെ പ്രസിദ്ധമായി തന്നെ നിലകൊള്ളുന്നുണ്ട്. രോമാവൃതമായ ശരീരഭാഗങ്ങളിലെ സൂക്ഷ്മാംശങ്ങളെല്ലാം ദുരെ രേഖപ്പെടുത്തിയിട്ടുണ്ട്. Engraving വിഭാഗത്തിൽ രൂപപ്പെടുത്തിയ ആദവും ഹവ്വയും അറിയപ്പെടുന്ന ക്ലാസിക്കൽ ചിത്രമായി തന്നെ കലാലോകം പരിഗണിക്കുന്നു. ചിത്രകലയിൽ തികച്ചും ഭിന്നമായ രീതിയിലുള്ള പാഠം തന്നെയാണ് അൽബ്രേഴ് ദുരെയുടെ ചിത്രങ്ങൾ നൽകുന്നത്. എന്തുകൊണ്ടെന്നാൽ ദുരെ വരച്ചുകൊണ്ടിരുന്ന കാലവുമായി താരതമ്യപ്പെടുത്തുമ്പോൾ ലോകമെങ്ങുമുള്ള ജലച്ഛായാ ചിത്രകാരന്മാർക്ക് മാതൃകാപരമായ ചിത്രപാഠം തന്നെയായിരുന്നു ദുരെയുടെ ചിത്രങ്ങൾ. Wash ടെക്നിക്കോടെ Semi abstract Styles ൽ ഉള്ള ചിത്രങ്ങൾ ഒരുപക്ഷേ ലോകത്തിന് ആദ്യാനുഭവമായിരിക്കാം. പതിനഞ്ചാം നൂറ്റാണ്ടിൽ ഇറ്റാലിയൻ ശിൽപ്പികൾ രൂപപ്പെടുത്തിയ ശിൽപ്പങ്ങളുടെ സ്വാധീനം ദുരെയുടെ ചിത്രങ്ങളിൽ ഉണ്ടായിട്ടുണ്ടെന്ന് വേണം കരുതാൻ. അനേകായിരം വർഷങ്ങൾക്കുമുമ്പേ ഗുഹാഭിത്തികളിലും മൺതിട്ടകളിലും മനുഷ്യൻ പ്രകൃതിയെ വരച്ചുവച്ചതായി കാണാം. എന്നാൽ പൂർണ്ണ അർത്ഥത്തിലുള്ള പ്രകൃതിദൃശ്യചിത്രങ്ങളുടെ പ്രാഥമിക പാഠം ഒരുപക്ഷേ ലോകചിത്രകലയിൽ തന്നെ അൽബ്രേഴ് ദുരെയുടെ ചിത്രങ്ങളിലൂടെയാണ് കാണാനാകുന്നത് എന്നു പറയാം.

ജലച്ഛായാ ചിത്രരീതിയുടെ പൂർണ്ണ അർത്ഥത്തിലുള്ള ഉത്ഭവവും വളർച്ചയും പഠിക്കുന്ന ഏതൊരു ചിത്രകലാ വിദ്യാർത്ഥിയും ദുരെയുടെ ചിത്രങ്ങൾ പഠിക്കേണ്ടതുണ്ട്.

3

റംബ്രാന്റ്
(1606-1669)

ക്ലാസിക്കൽ കലാലോകം ഡാവിഞ്ചിയുടെയും മൈക്കലാഞ്ചലോയുടെയും പേരിനൊപ്പം ചേർത്തുവയ്ക്കുന്ന ആദരണീയ നാമം തന്നെയാണ് റംബ്രാന്റേത്.

പോളണ്ടിലെ ലെയ്ദനിൽ (leiden) ഹെർമൻ ഹെറിറ്റ് എന്ന മിൽ ഉടമസ്ഥന്റെ അഞ്ചുമക്കളിൽ ഇളയവനായാണ് റംബ്രാന്റ് പിറന്നത്. ആംസ്റ്റർഡാമിലെ പ്രമുഖ ചിത്രകാരനായിരുന്ന പീറ്റർ ലാസ്റ്റ്മാന്റെ കീഴിൽ ചിത്രകല അഭ്യസിച്ച റംബ്രാന്റ് (Rembrandt) യഥാർത്ഥ ചിത്രകലയുടെ പാഠങ്ങൾ അതിവേഗം ഹൃദിസ്ഥമാക്കി. 1624-ൽ ആംസ്റ്റർഡാമിൽ നിന്നും ലെയ്ദനിൽ തന്നെ തിരിച്ചെത്തുകയുണ്ടായി. തുടർന്നുള്ള വർഷങ്ങളിൽ *ബൈബിൾ* കഥകളുടെ നാൾവഴികളിലൂടെ സഞ്ചരിച്ചുള്ള ചിത്രങ്ങളായിരുന്നു തന്റെ ക്യാൻവാസുകൾക്ക് വിഷയമാക്കിയിരുന്നത്. പോർട്രെയിറ്റ് ചിത്രരചനയിലും അസാമാന്യ പാടവം തന്നെയായിരുന്നു അദ്ദേഹം പ്രകടമാക്കിയത്. 1631-ൽ വീണ്ടും ആംസ്റ്റർഡാമിലേക്കുപോയ റംബ്രാന്റ് അവിടെനിന്ന് 1634-ൽ സാസ്കിയയെ (saskia) വിവാഹം കഴിക്കുകയുണ്ടായി. 1642-ൽ സാസ്കിയ അകാലമൃത്യുവിനിരയായ ഘട്ടത്തിൽ വരച്ച *രാത്രി കാവൽ* എന്ന രചന ശ്രദ്ധേയമായതായിരുന്നു.

പ്രകൃതിദൃശ്യങ്ങളുടെ പശ്ചാത്തലത്തിൽ മനുഷ്യരൂപ രചന സാദ്ധ്യമാക്കുന്നതിലായിരുന്നു റംബ്രാന്റ് ശ്രദ്ധ പുലർത്തിയിരുന്നത്. 500 ലേറെ ശ്രദ്ധേയ പെയിന്റിംഗുകൾ രചിച്ചിട്ടുള്ള റംബ്രാന്റ് 1669 ഒക്ടോബർ 4-ാം തീയതി കലാലോകത്തുനിന്നും വിടപറഞ്ഞു.

റംബ്രാന്റ്

ലോകചിത്രകലയിൽ എന്നും സ്മരിക്കപ്പെടുന്ന പേരുതന്നെയാണ് റംബ്രാന്റേത്. പോളണ്ട് എന്ന സ്വദേശത്തെക്കാളും അദ്ദേഹത്തിലെ ചിത്രകാരനെ വളർത്തിയത് ആംസ്റ്റർഡാം ആയിരുന്നു. അവിടെനിന്നുള്ള ചിത്രകലാപഠനം അദ്ദേഹത്തിലെ ചിത്രകലാപാടവത്തെ നേരായ വഴിയിൽ വളർന്നുവരാൻ ഇടയാക്കിയതായി കാണാം. യൂറോപ്യൻ കലാലോകത്ത് 15,16,17 നൂറ്റാണ്ടുകൾ സമ്മാനിച്ച ക്ലാസിക്കൽ രൂപവിതാനത്തെ ആസ്വാദ്യതലത്തിലേക്ക് അതിന്റെ പരമോന്നതിയിൽ എത്തിക്കാൻ കഴിഞ്ഞ ചിത്രകാരനായിരുന്നു അദ്ദേഹം. തന്റെ ചിത്രങ്ങളുടെ വിഷയമായി തെരഞ്ഞെടുത്തത് പലകാലഘട്ടങ്ങളിലും വ്യത്യസ്തങ്ങളായിട്ടുള്ള രീതി തന്നെയായിരുന്നു. 1627 വരെയുള്ള കാലഘട്ടം പോളണ്ടിന്റെ ചരിത്രപരമായ കാലഘട്ടങ്ങൾ അനാവരണം ചെയ്യുന്നതായിരുന്നു റംബ്രാന്റെ ചിത്രങ്ങൾ. നവോത്ഥാനകാലം പോളണ്ടിനെ പരുവപ്പെടുത്തിയതിന്റെ നാൾവഴികൾ ഏറെ ചിത്രങ്ങളിലൂടെ അനാവരണം ചെയ്യാൻ റംബ്രാന്റ് സന്നദ്ധമായിരുന്നു. അതിസൂക്ഷ്മമായ ഭാഗങ്ങളെല്ലാം ചിത്രത്തിൽ പ്രകടിപ്പിക്കുന്ന അൽബ്രേഴ്ദുരെയുടെ ചിത്രരീതി ഏറെ സ്വാധീനിച്ച അദ്ദേഹം തന്റെ ചിത്രങ്ങളിലും ഈ രീതി പ്രാവർത്തികമാക്കാൻ ശ്രമിക്കുകയായിരുന്നു.

സംഭവബഹുലമായ ഒരു കാലത്തിന്റെ ചിത്രം സാക്ഷ്യപ്പെടുത്തുമ്പോഴും റംബ്രാന്റ് പ്രധാനമായും ശ്രദ്ധിച്ചിരുന്നത് പ്രകാശവിന്യാസത്തിന്റെ ക്രമീകരണത്തിനായിരുന്നു. ഇരുളും വെളിച്ചവും നിറഞ്ഞ ഒരു ചിത്രതലത്തെ ക്രമീകരിക്കുമ്പോൾ ശ്രദ്ധിക്കേണ്ടുന്ന നിഴൽവിതാന ക്രമമെല്ലാം നന്നായി വശമുണ്ടായിരുന്ന ചിത്രകാരൻ തന്നെയായിരുന്നു റംബ്രാന്റ്. പ്രകാശത്തിന് മെഴുകുതിരി വെളിച്ചത്തെ മാത്രം ആശ്രയിച്ചുള്ള ഒരു ജീവിതചര്യയുടെ ചിത്രീകരണമായിരുന്നു ഇക്കാലയളവിൽ അദ്ദേഹത്തിന്റെ മിക്കചിത്രങ്ങളും. മേൽ സൂചിപ്പിച്ച നിലയിലുള്ള ചിത്രങ്ങളിലേക്കുള്ള റംബ്രാന്റെ പരിശീലനത്തിന് പ്രചോദനം ആംസ്റ്റർഡാമിൽ നിന്നുള്ള പരിശീലകൻ പീറ്റർലാസ്റ്റ്മാന്റെ (Pieter lastmen) ചിത്രങ്ങളായിരുന്നു. ചരിത്ര ചിത്രീകരണത്തിൽ അതുല്യ പാടവം പുലർത്തിയ ചിത്രകാരനായിരുന്നു പീറ്റർലാസ്റ്റ്മാൻ. റോമൻ ചിത്രകലയുടെ സങ്കേതങ്ങളിലൂടെയാണ് പീറ്റർ സഞ്ചരിച്ചിരുന്നത്. മതപരവും ചരിത്രപരവുമായ സഞ്ചാരമായിരുന്നു ചിത്രകലയിലെ വിഷയമായി റംബ്രാന്റ് സ്വീകരിച്ചിരുന്നത്. 1626, 27 കാലയളവിൽ അദ്ദേഹം ചിത്രീകരിച്ചിരുന്ന എല്ലാറ്റിലും ഈ കയ്യൊപ്പ് പ്രകടമായിരുന്നു.

റംബ്രാന്റെ കലാപരിചയത്തിന്റെ അടുത്ത ഘട്ടമായി കലാചരിത്രകാരന്മാർ രേഖപ്പെടുത്തുന്നത് 1627 മുതൽ 32 വരെയുള്ള കാലയളവാണ്. ഇക്കാലയളവിൽ ഏറെ പോർട്രെയിറ്റുകൾ (portraits) രൂപപ്പെടുത്തുകയുണ്ടായി. വരയ്ക്കപ്പെടുന്ന മനുഷ്യന്റെ രൂപപരമായ സാമ്യത മാത്രമല്ല, ഒരു ചിത്രത്തെ ആകർഷകവും ഗുണകരവും ആക്കുന്നത്.

മറിച്ച് രൂപപരമായ സാദൃശ്യത്തോടൊപ്പം പ്രകടമാക്കാനാവുന്ന വ്യക്തിത്വം കൂടിയാണ്. വരയ്ക്കപ്പെടുന്ന ആളിന്റെ സ്വഭാവഗണനയുടെ പ്രതിഫലനം കൂടിയായി ചിത്രം മാറുമ്പോഴേ അത് കലാമൂല്യമുള്ള ഒന്നായി മാറൂ. ഈ അർത്ഥത്തിൽ പരിശോധിക്കുമ്പോൾ മുഖചിത്രരചനയിൽ അസാമാന്യ മിടുക്ക് തന്നെയാണ് റംബ്രാന്റ് പ്രകടമാക്കിയത് എന്നു കാണാനാവും. ഒരുപക്ഷേ, റംബ്രാന്റ് എന്നപേര് കേൾക്കുമ്പോൾ തന്നെ ലോകമെങ്ങുമുള്ള കലാസ്നേഹികളിൽ ആദ്യം ഓർമ്മയിലെത്തുക അദ്ദേഹം രൂപംനൽകിയ പോർട്രെയിറ്റുകൾ തന്നെയാവും. ന്യൂയോർക്ക് മെട്രോപോളിറ്റൻ ആർട് മ്യൂസിയം ഉൾപ്പെടെ നിരവധി ലോകപ്രശസ്ത ഗാലറികളിൽ റംബ്രാന്റിന്റെ പോർട്രെയിറ്റുകൾ ഇടം തേടിയിട്ടുണ്ട്. പോർട്രെയിറ്റ് രചനകൾക്ക് ഏറെ സമയം കണ്ടെത്തിയ കാലയളവിൽ തന്നെ കുടുംബാംഗങ്ങളുടെ എറെ ചിത്രങ്ങളും അദ്ദേഹത്തിന്റേതായി പുറത്ത് വന്നിട്ടുണ്ടായിരുന്നു. ഇക്കൂട്ടത്തിൽ പ്രധാനമായ ചിത്രം തന്നെയായിരുന്നു റംബ്രാന്റെ പിതാവി (Harmen Van Rjim) ന്റേത്. കമ്പിളിക്കുപ്പായം ധരിച്ചിരിക്കുന്ന പിതാവ് വാർദ്ധക്യത്തിന്റെ അവശത സഹിച്ചിരിക്കുന്നതായാണ് ചിത്രത്തിൽ പ്രകടമാവുന്നത്. തലയ്ക്ക് ഒരു ആശ്രയമായോ താങ്ങായോ ഇടംകൈ മാറുമ്പോൾ മുഖത്ത് രൂപം കൊള്ളുന്ന അധികച്ചുളിവുകൾപോലും ചിത്രീകരിക്കുന്നതിലൂടെ സൂക്ഷ്മദൃക്കായ ചിത്രകാരനെയാണ് ഈ ചിത്രം കാണിച്ചുതരുന്നത്. മുഖരൂപത്തിലേക്കുള്ള പ്രകാശവിതാനം, ഇരിപ്പിടത്തിനരികത്ത് ചേർത്തുവച്ച തലപ്പാവുകളിലേക്കും നേർത്തമട്ടിൽ അരിച്ചെത്തുമ്പോൾ അതിന്റെ ലോഹക്കൂട്ട് തന്നെ ഏത് ഗണത്തിൽപ്പെടുന്നതാണെന്ന് സാക്ഷ്യപ്പെടുത്താൻ പാകത്തിലുള്ളതായി മാറുന്നു. ധരിച്ചിരിക്കുന്ന കുപ്പായത്തിന്റെ ടെക്സ്റ്റർത്തനിമ, തിരിച്ചറിയാൻ പാകത്തിൽതന്നെയുള്ളതായി മാറുന്നു ബ്രഷ്സ്ട്രോക്സുകൾ.

ചിത്രകലയിൽ റംബ്രാന്റെ സുവർണ്ണകാലമായി അറിയപ്പെടുന്ന 1632 മുതൽ 42വരെയുള്ള 10വർഷക്കാലം അദ്ദേഹം കലാലോകത്തിന് സമർപ്പിച്ചിരിക്കുന്ന സൃഷ്ടികൾ അമൂല്യവത്തായിട്ടുള്ളതാണ്. ഇക്കാലയളവിലും അദ്ദേഹം ചിത്രീകരിച്ചിരിക്കുന്ന ഭൂഭാഗദൃശ്യങ്ങളും മനുഷ്യരൂപരചനകളും ശ്രദ്ധേയമായിട്ടുള്ളത് തന്നെയായിരുന്നു. വസ്ത്രങ്ങൾക്കും ആടയാഭരണങ്ങൾക്കും ഏറെ പ്രാധാന്യം നൽകികൊണ്ടുള്ള രചനകളായിരുന്നു മനുഷ്യരൂപ രചനകളിൽ വിശേഷപ്പെട്ടത്. മാഡ്രിഡിലെ (സ്പെയിൻ) പ്രാദോ ഗാലറിയിലും ന്യൂയോർക്കിലെ മെട്രോപോളിറ്റൻ മ്യൂസിയത്തിലും ഇടംനേടിയിട്ടുള്ള പോർട്രെയിറ്റുകൾ ഇത്തരത്തിൽ ആടയാഭരണങ്ങൾക്കും വസ്ത്രങ്ങൾക്കും ഏറെ പ്രാധാന്യം നൽകുന്നതായിരുന്നു.

ഇക്കാലയളവിൽ പതിവ് ചിത്രരീതികളിൽ നിന്നും തികച്ചും ഭിന്നമായ ചിത്രങ്ങളും രൂപപ്പെടുത്താൻ റംബ്രാന്റ് താൽപ്പര്യം കാണിച്ചതായി അറിയാനാവും. ലണ്ടനിലെ ബ്രിട്ടീഷ് മ്യൂസിയത്തിലെ *Elephant* എന്ന

ചിത്രം ഒരു രേഖാചിത്രം മാത്രമായാണ് അവതരിപ്പിക്കുന്നതെങ്കിലും ശരീരഭാഷ കൃത്യമായും അടയാളപ്പെടുത്താൻ ഈ ചിത്രത്തിന് സാധിക്കുന്നുണ്ട്. 1661-ൽ വരച്ചതാണെങ്കിലും *Two Africans* എന്ന ചിത്രവും രൂപപരമായ തെരഞ്ഞെടുപ്പിലെ വൈവിദ്ധ്യംകൊണ്ടുതന്നെ ശ്രദ്ധേയമായിട്ടുള്ള രചനയാണ്. ഇറ്റാലിയൻ പ്രകൃതിദൃശ്യങ്ങളും ഒട്ടേറെ ചരിത്രപഥങ്ങളിലെ ചിത്രങ്ങളും രേഖാചിത്രരചനയിലൂടെ റംബ്രാന്റ് സാധ്യമാക്കിയിട്ടുണ്ടെങ്കിലും ഇക്കൂട്ടത്തിൽ ശ്രദ്ധേയമായ നിലയിലുള്ള ചിത്രം തന്നെയാണ്, *Jerome in an Halian Landscape*എന്നത്. *Seated Actor* എന്ന ചിത്രം (1935 ൽ ചെയ്തത്) കൂടുതൽ വിശദീകരണങ്ങൾ ഒന്നും ഇല്ലാതെയുള്ള രേഖാചിത്രം ആണെങ്കിലും ഒരു അഭിനേതാവിന്റെ വേഷത്തിലും ഭാവത്തിലും ഒക്കെയുള്ള പൊതുസ്വഭാവം കൃത്യതയോടെ രേഖീയതയിലേക്ക് ക്രമപ്പെടുത്താനായ ചിത്രമായിതന്നെ മാറുന്നു. *Theatrin Amsterdam* എന്ന സീരീസിൽ ചെയ്ത ചിത്രങ്ങളുടെ കൂട്ടത്തിലാണ് *Seated actor* ഉൾപ്പെടുന്നത്.

1642 മുതൽ 57 വരെയുള്ള കാലയളവിൽ ചെയ്ത മനുഷ്യരൂപ രചനകളിൽ ഭാവപരമായ മികവ് ഏറെ പുലർത്തിയിട്ടുള്ളതായി കാണാം. ഈ കാലയളവിൽ ചെയ്ത ചിത്രങ്ങളിൽ ശ്രദ്ധേയമായ ഒരു രചനയാണ് *A Woman in Bed* എന്ന ചിത്രം. കിടക്കയിൽനിന്ന് കർട്ടൻ നീക്കി തലയുയർത്തി ശ്രദ്ധിക്കുന്ന യുവതിയുടെ ചിത്രമാണ് ഇതിൽ പരാമർശി

The Antomy Lesson, 1632

ക്കുന്നത്. കിടപ്പുമുറിയിലെ പ്രകാശം ശരീരത്തിലേക്ക് പ്രവഹിച്ചുണ്ടാവുന്ന നിഴൽപ്പാടുകൾ പ്രയോഗിക്കുന്നതിലെ സൂക്ഷ്മത ഈ ചിത്രത്തെ മഹത്തരമാക്കുന്നുണ്ട്. കൂർബെ (curbet) ഉൾപ്പെടെയുള്ള ചിത്രകാരന്മാർ നഗ്നമേനി വരയുമ്പോൾ പ്രയോഗിക്കുന്ന പ്രകാശ വിതാനം ഈ ചിത്രം ഓർമ്മപ്പെടുത്തുന്നുണ്ട്. അപ്രതീക്ഷിതമായി എന്തോ അറിഞ്ഞിട്ടെന്നവിധം പൊടുന്നനെ എഴുന്നേറ്റു നോക്കുമ്പോഴുണ്ടാവുന്ന അത്ഭുതവും ഉൽക്കണ്ഠയും ഒക്കെ സമ്മിശ്രമായി പ്രകടിപ്പിക്കുന്ന മുഖഭാവത്തിൽ, സന്തോഷപ്രദമായ എന്തോ തിരിച്ചറിയാനായതുപോലെ ആഹ്ലാദ സൂചകം കൂടി കളിയാടുന്നുണ്ട്. *The Holy Family with Angels* എന്ന ചിത്രവും പ്രകാശ വിതാനത്തിൽ മികവ് പുലർത്തുന്നതുതന്നെ. *A Woman Bathing in a Stream* എന്ന ചിത്രത്തിലെ വെളിച്ചവും നിഴലും മികച്ചതാക്കുന്നതോടൊപ്പം എടുത്തുപറയത്തക്ക മേന്മ, യുവതി ധരിച്ചിരിക്കുന്ന വസ്ത്രത്തിലെ നിറത്തിന്റെ പ്രയോഗ രീതിയാണ്. വളരെ അവധാനതയോടെ ചെയ്യുന്ന സങ്കേതത്തിൽനിന്നും മാറിയുള്ള രീതിയാണ് ഇവിടെ പ്രയോഗിക്കുന്നത്. വസ്ത്രങ്ങളുടെ നിറത്തേപ്പിൽ, ഇവിടെ റംബ്രാന്റ് പുലർത്തിയിരിക്കുന്നത് തികച്ചും അനായാസകരമായതും എന്നാൽ പരുക്കനുമായ ബ്രഷ്സ്ട്രോക്സ് രീതിയാണ്. വളരെ അനായാസത്തോടെ ചെയ്യുന്ന രീതിയിൽ പരുക്കനായി ഇത് ചിത്രീകരിക്കുമ്പോൾ വസ്ത്രത്തിന് ഉപയോഗിക്കുന്ന തുണിയുടെ പ്രത്യേകതകൾ നഷ്ടപ്പെടാതെ കാത്തുസൂക്ഷിക്കാൻ റംബ്രാന്റിന് കഴിയുന്നുണ്ട്.

1658 മുതൽ 69 വരെയുള്ള കാലയളവിൽ ചെയ്ത ചിത്രങ്ങളിൽ ഒരു കാലയളവ് ഗ്രൂപ്പ് പോർട്രെയിറ്റുകൾ രൂപപ്പെടുത്താനും അദ്ദേഹം താൽപ്പര്യം കാണിച്ചിരുന്നതായി കാണാം. പോർട്രെയിറ്റ് രചനാ രീതിയിലെ അതുല്യ പ്രതിഭാശാലിയായിരുന്ന റംബ്രാന്റ് 1969–ൽ മരിക്കുന്ന വർഷംതന്നെ ഒട്ടേറെ സ്വന്തം ഛായാചിത്രങ്ങൾ രചിക്കുകയുണ്ടായി. പോർട്രെയിറ്റ് രചനയിൽ ശ്രദ്ധിക്കേണ്ടുന്ന ഭാഗങ്ങളെല്ലാം പൂർണ്ണമായും തിരിച്ചറിഞ്ഞ് രചന നിർവ്വഹിച്ച മഹാനായ കലാകാരനായിരുന്നു റംബ്രാന്റ്. സർവ്വോപരി ക്ലാസിക്കൽ കലാരീതികളെ ജനം സ്വീകരിക്കുന്ന ഒരു കാലത്ത്, ഈ രംഗത്ത് തന്റേതായ സംഭാവന അതിസമ്പന്നതയോടെ സമർപ്പിക്കാൻ കഴിഞ്ഞ റംബ്രാന്റ് 1669 ഒക്ടോബറിൽ കാലയവനികയ്ക്ക് പിന്നിലേക്ക് മറഞ്ഞു.

4

റിച്ചാഡ് വിൽസൻ

(1713-1782)

പ്രകൃതി ദൃശ്യചിത്ര രചനയിലെ ശ്രദ്ധേയ വ്യക്തിത്വമായ റിച്ചാഡ് വിൽസൻ (Richard Wilson) 1713–ൽ ജനിച്ചു. മറ്റു പല ചിത്രകാരന്മാരെയും പോലെ സഞ്ചാരപഥങ്ങളിലെ അനുഭവങ്ങളാണ് റിച്ചാഡ് വിൽസനെയും പ്രമുഖ ചിത്രകാരനാക്കിത്തീർത്തത്. 1750–ൽ റോം സന്ദർശിച്ച വിൽസൻ തുടർന്ന് തന്റെ ചിത്രരീതിയിൽ ഏറെ മാറ്റങ്ങൾ വരുത്തുകയുണ്ടായി.

17–ാം നൂറ്റാണ്ടിലെ പ്രമുഖ ഇറ്റാലിയൻ ചിത്രകാരനായ ക്ലൗദ് ലൊറേൻ (Claude Lorraine), ഗസ്പാർഡ് ദുഹേത് (Gas pard dughet) എന്നിവരുടെ പ്രശസ്തമായ പ്രകൃതിദൃശ്യ ചിത്രങ്ങൾ കാണാനിടയായതോടെ ബ്രിട്ടീഷ് ഭൂഭാഗ ചിത്രരചനയിലെ സാധ്യതകൾ തിരിച്ചറിയുകയായിരുന്നു. തുടർന്ന് വിൽസനിൽ നിന്നും ലഭിച്ച ചിത്രങ്ങൾ ഭൂഭാഗചിത്ര രചനയ്ക്ക് പുതിയ മാനം നൽകുന്നത് തന്നെയായിരുന്നു. 1751–ൽ റോമിലും 1756–ൽ ലണ്ടനിലും സഞ്ചരിച്ച് തന്റെ ഭൂഭാഗ രചനാ മാർഗ്ഗത്തെ സമ്പുഷ്ടമാക്കാൻ വിൽസൻ ശ്രമിക്കുകയുണ്ടായി. ഒപ്പം സാമൂഹ്യമായ ഉത്തരവാദിത്വങ്ങൾകൂടി അദ്ദേഹം നിർവ്വഹിക്കുകയുണ്ടായി. 1768–ൽ റോയൽ ബ്രിട്ടീഷ് അക്കാദമിയിലെ സ്ഥാപക അംഗത്വം ലഭിച്ച വിൽസൻ പൊതുപിന്തുണ ആർജ്ജിക്കാനായ ചിത്രകാരനായിരുന്നു.

സാമൂഹ്യമായ ഉത്തരവാദിത്വം നിർവ്വഹിക്കാതെ ചിത്രകാരന്മാർ മാറിനിൽക്കരുതെന്ന് വിശ്വസിച്ച റിച്ചാഡ് വിൽസൻ 1782–ൽ അന്തരിച്ചു.

റിച്ചാഡ് വിൽസൻ

പ്രകൃതി ദൃശ്യചിത്രകലയിലെ സജീവമായ ബ്രിട്ടീഷ് സാന്നിദ്ധ്യമായിരുന്നു റിച്ചാഡ് വിൽസന്റേത്. അദ്ദേഹത്തിന്റെ പ്രകൃതിദൃശ്യ ചിത്രങ്ങൾ മറ്റ് ബ്രിട്ടീഷ് ചിത്രകാരന്മാരുടെ ചിത്രങ്ങളിൽനിന്ന് തികച്ചും വേറിട്ടു നിൽക്കുന്നതായിരുന്നു. ടേണറുടെ ചിത്രങ്ങളുടെ പൊതുസ്വഭാവം മഞ്ഞയുടെയും ചുവപ്പിന്റെയും ആധിക്യമായിരുന്നെങ്കിൽ ജോൺ കോൺസ്റ്റാബിൾ ഇരുണ്ട നിറങ്ങളുടെ സ്വീകർത്താവ് ആയിരുന്നു. എന്നാൽ റിച്ചാഡ് വിൽസനാകട്ടെ Sap green നിറം കലർന്ന ചിത്രങ്ങളായിരുന്നു വരച്ചിരുന്നത്. ഏറെയും പ്രത്യാശയുടെ ഹരിതനിറ ആധിക്യമുള്ള ചിത്രങ്ങൾ തന്നെയായിരുന്നു മിക്കതും.

പല ചിത്രങ്ങളിലും ആകാശത്ത് പ്രൗഢിയോടെ പ്രത്യക്ഷപ്പെടുന്ന പ്രകാശ കിരണങ്ങൾ മേഘപാളികളെ ഉന്മത്തമാക്കുക മാത്രമല്ല, അത് ഭൂതലത്തിലേക്ക് അവശ്യസാന്നിദ്ധ്യമായി മാറുകയും ചെയ്യുന്നു. ഭൂതലത്തിലെ മനുഷ്യരൂപ സാന്നിദ്ധ്യങ്ങൾക്കും അനിവാര്യമായ ഭൂഭാഗദൃശ്യങ്ങൾക്കും പ്രകാശത്തിന്റെ മികവാർന്ന സാന്നിദ്ധ്യം പ്രദാനം ചെയ്യാൻ തന്നെ പ്രകാശ വിതാനം ക്രമപ്പെടുത്തുകയാണ് വിൽസൻ. ഈ നിലയിൽ പ്രകാശ വിതാനം നിർവ്വഹിച്ച അപൂർവ്വം ചിത്രകാരന്മാരെ മാത്രമേ ബ്രിട്ടീഷ് പ്രകൃതിദൃശ്യ ചിത്രകലയിൽ കാണാനാവൂ. എങ്കിലും വിൽസന്റെ കൈയൊപ്പ് വേറിട്ടുതന്നെ നിൽക്കുന്നതാണുതാനും.

Tate gallery (London) യിലെ അദ്ദേഹത്തിന്റെ പ്രസിദ്ധമായ പർവ്വത നിരകളുടെ ചിത്രം ഏതർത്ഥത്തിലും വ്യത്യസ്തത പുലർത്തുന്നതാണ്. പർവ്വത നിരകൾക്കിടയിൽ സ്ഫോടനാത്മകമായ പ്രകാശം അനുരണനം ചെയ്യുമ്പോൾ, നിശ്ചയമായും ഭൂഭാഗദൃശ്യങ്ങളുടെ കാവ്യാത്മകശൈലി തന്നെയാണ് വിൽസൻ രചിക്കുന്നതെന്ന് അനുമാനിക്കാൻ ഇടനൽകുന്നു. മറ്റൊരു പ്രസിദ്ധമായ രചനയിൽ, പുഴക്കരയിൽനിന്ന് സ്കെച്ച് ചെയ്തുകൊണ്ടിരിക്കുന്ന പെൺകുട്ടിയുടെയും അത് ശ്രദ്ധയോടെ വീക്ഷിക്കുന്ന മറ്റ് രണ്ടുപേരുടെയും ചിത്രമാണ് രേഖപ്പെടുത്തുന്നത്. പട്ടാളക്കാരനെപോലെ ഒരാൾ, തികഞ്ഞ ഏകാഗ്രതയോടെ ചിത്രത്തിന്റെ ക്രമപ്പെടുത്തലിലേക്ക് മനസ്സ് കേന്ദ്രീകരിപ്പിക്കുന്നത് തിരിച്ചറിയുന്നു. കുടചൂടി നിൽക്കുന്ന പെൺകുട്ടിക്ക് പോലും സമൃദ്ധമായ ജലാശയത്തിലേക്ക് ശ്രദ്ധ നൽകാനാവുന്നില്ല. കുടചൂടി നിൽക്കുന്ന കുട്ടിക്കിടയിലൂടെ എത്തുന്ന പ്രകാശം ക്യാൻവാസിനെ തിളക്കമാർന്നതാക്കുക തന്നെയാണ്. ആകാശ ദൃശ്യത്തിലെ മേഘാവൃതമായ അന്തരീക്ഷത്തിന്റെ പൊലിമ ജലാശയത്തിലെ പ്രതിബിംബങ്ങളിലൂടെ മാത്രമാണ് വിൽസൻ കാണിച്ചുതരുന്നത്. ഇദ്ദേഹത്തിന്റെ മിക്ക ചിത്രങ്ങളിലും സ്വീകരിക്കുന്ന പൊതുരീതി കൂടിയായി ഇതിനെ കാണാനാവുന്നതാണ്.

ഇല്ലാത്ത ഒന്നിന്റെ സജീവത രേഖപ്പെടുത്താനും അവിടേക്ക് വായനക്കാരനെ അറിയാതെ നടത്തിക്കാനും കഴിയുംമട്ടിൽ ശ്രമം നടത്തിയ ചിത്രകാരന്മാരിലാണ് വിൽസന്റെ സ്ഥാനം. ജലാശയം ജീവിതത്തിന്റെ

ഉപാധിയാക്കിമാറ്റുന്നതിനെയാണ് മിക്ക ചിത്രങ്ങളിലും വിൽസൻ പ്രമേയമാക്കിയത്. ഈ നിലയിൽ ചിത്രീകരിക്കുന്ന പെയിന്റിംഗുകളിൽ മുഖ്യമായ ഇടം ഭൂഭാഗ ദൃശ്യത്തിന് നൽകാൻ തന്നെ അദ്ദേഹം തയ്യാറാവുന്നുണ്ട്. നമ്മുടെ നിലനിൽപ്പിനെ സുപ്രധാനമായി സാക്ഷ്യപ്പെടുത്തും പോലെയായിരുന്നു ഈ ചിത്രീകരണങ്ങളെല്ലാം. ഈ തരത്തിൽ സവിശേഷ പ്രകാശ വിതാനത്തോടെയും മേഘാവൃതമായ അന്തരീക്ഷത്തോടെയും രൂപപ്പെടുത്തുന്ന ചിത്രങ്ങളിലെ മനുഷ്യരൂപങ്ങളാവട്ടെ കേവലമായ മനുഷ്യ സാന്നിദ്ധ്യമായല്ല, മറിച്ച് സജീവതയുടെ അടയാളം തന്നെയായി മാറുന്നുണ്ട്. കൂറ്റൻ ക്യാൻവാസുകളിൽ താരതമ്യേന വളരെ ചെറിയ മനുഷ്യരൂപങ്ങൾക്ക് പ്രാധാന്യം കൈവരുത്താൻ എങ്ങനെ കഴിയും എന്നുതന്നെയാണ് റിച്ചാഡ് വിൽസൻ അന്വേഷിക്കുന്നത്.

കൂറ്റൻ ക്യാൻവാസുകളിൽ വളരെ ചെറിയ നിലയിൽ രൂപപ്പെടുത്തുന്ന മനുഷ്യരൂപങ്ങൾ, റിച്ചാഡ് വിൽസന്റെ അവതരണ മികവിനാൽ ക്യാൻവാസിലാകെ നിറയുന്ന രൂപങ്ങളായി മാറുന്നുണ്ട്. പർവ്വത നിരകളും മലനിരകളും തന്നെയാണ് മിക്ക ചിത്രങ്ങൾക്കും വിഷയമായി വിൽസൻ കണ്ടെത്തുന്നത്. ഈ പർവ്വതനിരകളിൽ മിക്ക ഇടങ്ങളിലും, ജലസാന്നിദ്ധ്യവും ഉറപ്പാക്കാൻ അദ്ദേഹം ശ്രദ്ധിക്കുന്നുണ്ട്. ജീവിതത്തിന്റെ ജലസാന്നിദ്ധ്യത്തിന്റെ അനിവാര്യത അറിഞ്ഞുകൊണ്ട് തന്നെ, അത് ഒരു ഉണർവ്വിന്റെ പ്രതീകം പോലെ കുന്നിന്റെ ഉയർച്ചയും ജലാശയങ്ങളുടെ താഴ്ചയും ചിത്രീകരിക്കുകയാണ്. ഉയർച്ചയുടെ വൈപരീത്യത്തെ പ്രകടിപ്പിക്കാൻ മാത്രമായിരിക്കില്ല, ഈ വൈപരീത്യം സജീവമാവുക അഥവാ ആഴം ശക്തിപ്പെടുക. ജലസാന്നിദ്ധ്യം ഏറുമ്പോൾതന്നെയാണെന്ന മറ്റൊരുതലം കൂടി കാണിച്ചുതരുന്നുണ്ട്.

മിക്ക ചിത്രങ്ങളിലും മുൻഭാഗ ചിത്രീകരണത്തിൽ രൂപപ്പെടുത്തുന്ന മരങ്ങളുടെ ചിത്രം മൊത്തത്തിൽ ക്യാൻവാസിനെ പരിരക്ഷിക്കുന്ന കാവൽഭടനെപ്പോലെയായി മാറുന്നുണ്ട്. അകലെക്കാഴ്ചകളെ ക്രമപ്പെടുത്തുന്നതിലും വിൽസൻ നല്ലനിലയിൽ തന്നെ ശ്രദ്ധിക്കുന്നുണ്ട്. ഭൂമിയുടെ അവകാശികളായി മനുഷ്യൻ മാത്രമല്ല, മൃഗങ്ങളും അതിന്റെ ഭാഗമാണെന്ന് മിക്ക ചിത്രങ്ങളിലെയും മൃഗസാന്നിദ്ധ്യം ഓർമ്മപ്പെടുത്തുന്നു. മാഞ്ചസ്റ്റർ ഗാലറി, ടാട് ഗാലറി എന്നിവിടങ്ങളിൽ തന്നെയാണ് റിച്ചാഡ് വിൽസന്റെ പ്രധാന ചിത്രങ്ങളെല്ലാം ഇടംതേടിയിട്ടുള്ളത്. പ്രകൃതിയുടെ ചിത്രീകരണത്തിൽ അദ്ദേഹം സാക്ഷ്യപ്പെടുത്തുന്ന മനുഷ്യസാന്നിദ്ധ്യം ഒരിക്കലും ഗണത്തിൽ ഏറെയുള്ളതായിരുന്നില്ല. പല ചിത്രങ്ങളിലും എഡ്വേർഡ് ഹോപ്പർ (edward hopper) എന്ന വിഖ്യാത ചിത്രകാരൻ തന്റെ ചിത്രകലാ ജീവിതത്തിനിടയിൽ രേഖപ്പെടുത്തിയത് ഒറ്റയായ മനുഷ്യരുടെ സാന്നിദ്ധ്യമാണ്. ഇതേരീതിയിലുള്ള ഒറ്റയൊറ്റ സാന്നിദ്ധ്യങ്ങളാണ് വിൽസന്റെ ചിത്രങ്ങളിലും. എന്നാൽ എഡ്വേർഡ് ഹോപ്പർ പിന്നീടുള്ള കാലങ്ങളിൽ കൂട്ടായ സാന്നിദ്ധ്യം ഉണ്ടാക്കിയപ്പോൾ അതിലൊന്നും ഉണർവ്വിന്റെ അംശം കാണാനാവുമായിരുന്നില്ല.

അനേകായിരങ്ങളെ അണിനിരത്താനുള്ള ഭൂഭാഗത്ത് നാമമാത്രവും വളരെ ഹ്രസ്വവുമായ മനുഷ്യരൂപങ്ങളെ മാത്രമേ വിൽസൻ ചിത്രീകരിച്ചിരുന്നുള്ളൂ. ഭൂഭാഗ രചനയ്ക്ക് അദ്ദേഹം പൊതുവെ സ്വീകരിക്കുന്ന നിറം തന്നെ ഇരുണ്ടതാണ്. ഈ ഇരുണ്ട നിറങ്ങളിലേക്ക് പ്രകാശം വിതാനിക്കുമ്പോഴുള്ള തെളിച്ചം തന്നെയാണ് വിൽസൻ ചിത്രങ്ങളുടെ മഹനീയത എന്ന് തിരിച്ചറിയാനാവും.

ടാട് ഗാലറിയിൽ തന്നെയുള്ള *The Cock Tavern, Chean Common, Surrey* എന്ന ചിത്രം 1746–1747 കാലത്ത് ചിത്രീകരിച്ചതാണ്. ഈ ചിത്രത്തിലും അദ്ദേഹം പ്രകാശം മുൻനിരഭാഗങ്ങളിലല്ല വിതാനിക്കുന്നത്. മറിച്ച് അകലെ ഭൂഭാഗ ദൃശ്യങ്ങളായി പ്രകാശം വിതാനിക്കാനാണ് ശ്രദ്ധിക്കുന്നത്. ഈ പ്രത്യേകത വിൽസന്റെ ചിത്രങ്ങളിലെ പ്രകാശവിതാന കേന്ദ്രങ്ങളുടെ തിരഞ്ഞെടുപ്പിൽ പ്രധാനമായും കാണാവുന്നതാണ്. ഇതേ രീതി തന്നെയാണ് *The Fisherman* എന്ന ചിത്രത്തിലുൾപ്പെടെ പ്രധാനമായും പ്രകടമാക്കുന്നത്. അകലെയായി പ്രകാശം നിറഞ്ഞു നിൽക്കുമ്പോൾ മാത്രമേ, അത് നമുക്ക് ലഭ്യമായിരുന്നെങ്കിൽ, എന്ന തോന്നൽ ഉണ്ടാക്കാനാവൂ. ഇത് ആകാശ ദൃശ്യങ്ങളിലും വിൽസൻ പ്രയോഗിക്കുന്നുണ്ട്. ഇരുളിൽ അമരുന്ന ഒരു ജനത കൊതിക്കുന്നതും പ്രകാശം തന്നെയാണ്. മുൻനിരയിലെ ചിത്രങ്ങളിലേക്ക് പ്രകാശത്തിന് വലിയ പ്രാധാന്യം കൊടുക്കാതെ താരതമ്യേന ഇരുണ്ട നിറത്തിന്റെ ഒരു ഫ്രെയിം പോലെ രൂപപ്പെടുത്തുന്നതാണ് വിൽസൻ ചിത്രങ്ങൾ. ആദിമ കാലത്ത് ഭൂമിയെ വരച്ചുവച്ച് മനുഷ്യൻ ഭൂമികൈവശപ്പെടുത്തിയതായി രേഖപ്പെടുത്തിയിരുന്നു. കാട്ടുപോത്തിനെയും കാണ്ടാമൃഗത്തെയും ഗുഹാഭിത്തികളിൽ വരച്ചുവച്ചാണ് അതിനെയെല്ലാം പ്രാഥമികമായി മനുഷ്യൻ കീഴ്പ്പെടുത്തിയത്. മനുഷ്യൻ ആഗ്രഹിക്കുന്ന പ്രകാശഭരിതമായ ജീവിത വഴി, വിൽസൻ തന്റെ ചിത്രങ്ങളിലൂടെ കണ്ടെത്തിക്കൊടുക്കുകയായിരുന്നു.

ലോകചിത്രകലയിൽ ഗണ്യമായ സംഭാവന തന്നെ സമർപ്പിക്കാനായ റിച്ചാഡ് വിൽസൻ എന്ന ബ്രിട്ടീഷ് ചിത്രകാരൻ 69–ാമത്തെ വയസ്സിൽ 1782–ൽ അന്തരിച്ചു.

5

ജെ എം ഡബ്ല്യു ടർണർ
(1775-1851)

മുടിവെട്ടുകാരന്റെ മകനായി 1775 ഏപ്രിൽ 23-ന് ജനിച്ച ജെ എം ഡബ്ല്യു ടർണർ (Joseph Mallord William Turner) സമുദ്ര-നദീതീര ചിത്രങ്ങളാണ് തന്റെ ക്യാൻവാസുകളിൽ ചേർത്തത്. റോയൽ അക്കാഡമി ഓഫ് ഫൈൻ ആർട്സിൽ സൗജന്യപഠനത്തിന് 14-ാം വയസ്സിൽത്തന്നെ അർഹതനേടിയ ടർണർ 1790 ലാണ് തന്റെ ആദ്യത്തെ ഏകാംഗ ചിത്രപ്രദർശനം നടത്തിയത്.

1799-ൽ അദ്ദേഹം റോയൽ അക്കാദമിയുടെ അസോസിയേറ്റ് മെമ്പറായി തിരഞ്ഞെടുക്കപ്പെട്ടു. 1819-ൽ നടത്തിയ ആദ്യത്തെ ഇറ്റലി യാത്രയിൽ തന്നെ ആയിരത്തി അഞ്ഞൂറോളം സ്കെച്ചുകൾ ചെയ്യുകയുണ്ടായി. 1807-ൽ റോയൽ അക്കാദമിയിൽ പ്രൊഫസറായി നിയമിതനായ ടർണർ, തന്റെ ചിത്രങ്ങൾക്ക് മഴയും നീരാവിയും വേഗവും (speed) വിഷയമാക്കി. ഭൂഭാഗ ചിത്രരചനയിൽ ആർക്കിടെക്ചറൽ രൂപത്തിന് പ്രാധാന്യം നൽകിക്കൊണ്ടാണ് ചിത്രപ്രയോഗം നടത്തിയതെന്ന് കാണാനാവും.

1851-ൽ 76-ാം വയസ്സിൽ മരിക്കുന്നതുവരെ ഭൂഭാഗചിത്രരചനയ്ക്ക് പുതിയ മാനങ്ങൾ നൽകാനുള്ള ശ്രമം ടർണർ തുടർന്നുകൊണ്ടിരുന്നു.

ജെ എം ഡബ്ല്യു ടർണർ

ഭൂഭാഗചിത്രരചനയിലെ ബ്രിട്ടീഷ് ഇതിഹാസമെന്ന് വിശേഷിപ്പിക്കാവുന്ന ജോൺ കോൺസ്റ്റബിളിന്റെ സമകാലികനായിരുന്നു ടർണറും. നിറങ്ങൾ ഉപയോഗിക്കുന്ന കാര്യത്തിൽ രണ്ടുപേർക്കുമിടയിലെ സമാനതകൾ കലാലോകം ശ്രദ്ധിച്ചിട്ടുള്ളതാണ്. വിഷയ സ്വീകരണത്തിലും ഇരുവർക്കും സ്വീകാര്യം ഭൂഭാഗരൂപങ്ങൾ തന്നെയായിരുന്നെങ്കിലും ടർണർ സമുദ്ര, നദീതീര ദൃശ്യങ്ങളാണ് കൂടുതലായി ചിത്രങ്ങളിലേക്ക് പകർത്തിയത്. കൂറ്റൻ തിരമാലകളുടെ ക്രൗര്യം എണ്ണച്ചായാമാധ്യമത്തിൽ രൂപപ്പെടുത്തുക എന്ന കേവല ദൗത്യം ആയിരുന്നില്ല ടർണർ നിർവ്വഹിച്ചത്. സാമാന്യവൽക്കരണം അവതരിപ്പിക്കുന്ന ദൃശ്യങ്ങളുടെ ഭയാനകതയ്ക്കുമപ്പുറത്തുള്ള ഒരു ദൃശ്യതലമാണ് ടർണറുടെ ചിത്രങ്ങൾ അനുഭവപ്പെടുത്തുന്നത്.

ഭൂഭാഗരചനയുടെ സാധ്യതകൾ ലോകത്തിന് ധീരമായി കാണിച്ചുതന്ന ചിത്രകാരനായിരുന്നു ടർണർ എന്ന് നിസ്സംശയം പറയാം. 19-ാം നൂറ്റാണ്ട് കണ്ട ഏറ്റവും പ്രതിഭാശാലിയായ പ്രകൃതിദൃശ്യചിത്രകാരനായിരുന്നു ടർണർ എന്ന് പാശ്ചാത്യ കലാലോകം അടിവരയിടുന്നുണ്ട്. ലണ്ടനിലെ ബ്രിട്ടീഷ് മ്യൂസിയം, ടാട് ഗാലറി, ഫൈനാർട്സ് മ്യൂസിയം (ബോസ്റ്റൺ) ലണ്ടനിലെ നാഷണൽ ഗാലറി തുടങ്ങിയ കലാകേന്ദ്രങ്ങളിലാണ് ടർണറുടെ പ്രധാന ചിത്രങ്ങളെല്ലാം ഇടംതേടിയിട്ടുള്ളത്. എണ്ണച്ചായത്തിൽ മാത്രമല്ല ജലച്ചായത്തിലും അദ്ദേഹം ചിത്രങ്ങൾ രചിച്ചു. *Dawn After the Wreck* (1840) എന്ന ചിത്രം ഡോൺ നദിക്കരയിൽനിന്നും ഓരിയിടുന്ന പട്ടിയുടെ ചിത്രമാണെങ്കിലും അത് കാഴ്ചക്കാരനിൽ ഉണർത്തുന്ന ഭീതിതതലം ആഴമേറിയ നദിയുടെ പശ്ചാത്തലത്തിൽ പൂർണ്ണത കൈവരിക്കുന്നു. അപൂർണ്ണ ചന്ദ്രനും നനഞ്ഞ നദീതീരത്തെ അതിന്റെ പ്രതിബിംബവും ഭീതിതമായി ഭൂഭാഗ പശ്ചാത്തലത്തിൽ പ്രത്യാശയുടെ തിരിവെട്ടംപോലെയാണ് നിറഞ്ഞു നിൽക്കുന്നത്. എല്ലാ ഭൂപരിസരത്തെയും മായ്ക്കാൻ പാകത്തിലാണ് ഇതിൽ ചാന്ദ്രശോഭ നിറഞ്ഞുനിൽക്കുന്നത്.

ടർണറുടെ ചിത്രങ്ങളെല്ലാം പ്രകൃതിയുടെ വിശാല പശ്ചാത്തലത്തിൽ താരതമ്യേന വളരെ ചെറിയ മനുഷ്യസാന്നിദ്ധ്യമോ മൃഗസാന്നിദ്ധ്യമോ ചിത്രീകരിക്കുന്നു. ഇത് എത്ര ചെറുതാകുമ്പോഴും ക്യാൻവാസിനോളം വലുതാകാൻകൂടി ഇടയാവുന്നുണ്ട് എന്നത് ചിത്രതലത്തിന്റെ മറുമനഃശാസ്ത്രം. ബ്രിട്ടീഷ് ചിത്രകലയുമായുള്ള പരിചയമാണ് എണ്ണച്ചായാചിത്രരചനയിൽ മഹത്തായ സംഭാവനകൾ നൽകാൻ അദ്ദേഹത്തെ സഹായിച്ചത്. ഈ സ്വാധീനം ക്രമാനുഗതമായി വളർന്നുവരികയും ഭൂഭാഗചിത്രരചനയിൽ കുറെക്കൂടി ഇംപ്രഷനിസ്റ്റ്ശൈലി അവലംബിക്കുന്നതിൽ എത്തുകയുമായിരുന്നു.

ജോൺ കോൺസ്റ്റാബിൾ, റിച്ചാഡ് വിൽസൺ തുടങ്ങിയ മറ്റ് ബ്രിട്ടീഷ് ചിത്രകാരന്മാർ ഭൂഭാഗ ചിത്രങ്ങളിലെ പ്രകാശവിതാനത്തിന്റെ

Dawn after the Wreck, 1840

താളം ക്രമപ്പെടുത്താനായിരുന്നു കൂടുതൽ ശ്രമിച്ചുപോന്നത്. എന്നാൽ ടർണറാകട്ടെ സാമൂഹ്യമായ ഉത്തരവാദിത്വത്തിന്റെ തലത്തിൽ നിന്നു കൊണ്ടാണ് ചിത്രങ്ങളെ നോക്കിക്കണ്ടത്. ക്ഷോഭിക്കുന്ന കടലിൽ രക്ഷ നേടാൻ ശ്രമിക്കുന്ന കപ്പലുകൾ തന്റെ പല ചിത്രങ്ങളിലും തികച്ചും ക്ഷോഭാത്മകമായി അദ്ദേഹം അവതരിപ്പിച്ചിരിക്കുന്നു. എന്നാൽ ഇതേ സമയം *Venice Moon Rise* (1840) എന്ന ചിത്രം പ്രക്ഷുബ്ധതയുടെ സാന്നിദ്ധ്യം യാതൊന്നും ഇല്ലാതെ ക്രമപ്പെടുത്തിയതാണ്. ശാന്തമായൊഴുകുന്ന ഒരു നദീതീരത്ത് അടുക്കുന്ന തോണികളുടെ പശ്ചാത്തലം അദ്ദേഹം ഇളംനീല നിറത്തിൽ അവതരിപ്പിക്കുന്നു. ജലച്ചായത്തിലാണ് *Venice* എന്ന ചിത്രം പൂർത്തിയാക്കിയിട്ടുള്ളത്. Museum of Fine arts-ൽ (Boston) പ്രദർശിപ്പിക്കുന്ന *The Slave Ship* (1840) എന്ന ചിത്രത്തിൽ പ്രകൃതി ക്ഷോഭത്തിൽ അകപ്പെട്ട തോണികൾ ജീവന്റെ പച്ചത്തുരുത്ത് കണ്ടെത്താനാവാതെ ഉഴലുന്നതാണ് ചിത്രീകരിക്കുന്നത്. ജീവിതയാത്രയിലെ പ്രതിസന്ധിയുടെ നിറമായി ചിത്രം ആകമാനം അനുഭവപ്പെടുത്തുന്നു. മാനസിക രോഗത്തിന് അടിമപ്പെട്ട് അകാലത്തിൽ മരണപ്പെടുകയായിരുന്നു ടർണറുടെ അമ്മ. സംഘർഷഭരിതമായ ഒരു മനസ്സിന്റെ ആവിഷ്കാരങ്ങളായി അദ്ദേഹത്തിന്റെ ചിത്രങ്ങളെ എളുപ്പത്തിൽ തിരിച്ചറിയാനാവുന്നുണ്ട്. സമുദ്രത്തിന്റെ ക്രോധാവസ്ഥകളുടെ ചിത്രീകരണത്തിനിടയിൽ രൂപപ്പെടുത്തുന്ന തിരമാലകളുടെ ശക്തിയേറിയ നീക്കങ്ങൾക്ക് ഒപ്പം ആകാശ നിറങ്ങളും പ്രത്യേക താളത്തിൽ വിതാനിക്കാനും

ടർണർക്ക് കഴിയുന്നുണ്ട്. ഓക്സ്ഫോർഡിലെ Ashmolean Museumൽ പ്രദർശിപ്പിച്ചിട്ടുള്ള കെട്ടിടത്തിന്റെ ഉൾഭാഗചിത്രം ജലച്ഛായത്തിന്റെ പ്രയോഗമിതത്വംകൊണ്ട് ശ്രദ്ധേയമാണ്.

ടർണറുടെ പെയിന്റിംഗുകളിൽ കാണുന്ന അർദ്ധ അമൂർത്തത (semi abstraction) രൂപങ്ങളിലെന്നപോലെ നിറപ്രയോഗത്തിലും പ്രകടമാവുന്നുണ്ട്. Tate Gallery, London ലെ *Norham Castle, Sunrise* എന്ന ചിത്രത്തിലെ പശ്ചാത്തലം ഏത് ഭൂപരിസരമാണെന്ന് വ്യക്തമാക്കാൻ അമിത നിറപ്രയോഗമോ രൂപപരമായ വ്യക്തതയോ സൃഷ്ടിക്കുന്നില്ല. നേർത്ത ചുവപ്പ് കലർന്ന മഞ്ഞനിറംകൊണ്ടുള്ള വിതാനത്തിൽ ത്തന്നെ എല്ലാം വ്യക്തമാക്കാനാവുന്നുണ്ട്. കാലവും കാലാവസ്ഥയും തിരിച്ചറിയാൻ ഇടയാക്കുന്നതാണ് ടർണറുടെ ഭൂഭാഗ ചിത്രങ്ങൾ. പാബ്ലോപിക്കാസോ നീല കാലഘട്ടത്തിൽ രൂപപ്പെടുത്തിയ ചിത്രങ്ങളിൽ ദാരിദ്ര്യവും തണുത്തുറഞ്ഞ കാലാവസ്ഥയും ചിത്രീകരിക്കുന്നതുപോലെ.

പതിനെട്ടും പത്തൊമ്പതും നൂറ്റാണ്ടുകളിൽ ബ്രിട്ടീഷ് കടലിടുക്കിലെ നിത്യകാഴ്ചയായിരുന്നു ആവിക്കപ്പലുകൾ. ഈ കപ്പലുകളുടെ ഒഴുക്കും ആവിയുടെ സഞ്ചാരഗതിയും തികഞ്ഞ താളാത്മകത്വത്തോടെ ക്യാൻവാസിൽ സൃഷ്ടിക്കാൻ ടർണർക്ക് കഴിഞ്ഞിട്ടുണ്ട്. മേഘാവൃതമായ ആകാശത്തിൽ പ്രകാശിക്കുന്ന ചന്ദ്രനും അതിന്റെ ഭൂമിയിലേക്കുള്ള പ്രകാശ വിതാനങ്ങളും നിക്കോള പൊസ്സ്വേൻ ചിത്രീകരിക്കുന്ന രീതി ഏതാനും ചിത്രങ്ങളിലെങ്കിലും ടർണറെ സ്വാധീനിച്ചിട്ടുള്ളതായി കാണാം. എന്നാൽ ഈ സ്വാധീനവലയത്തിൽ ബന്ധിതമാകാതെ അവതരണത്തിൽ വ്യത്യസ്തത നിലനിർത്താൻ അദ്ദേഹത്തിനു കഴിഞ്ഞു. തിരമാലകളുടെ ചലനത്തെ ആസ്പദമാക്കി ഇത്രയേറെ ചിത്രങ്ങൾ രചിച്ച മറ്റു ചിത്രകാരന്മാർ ഉണ്ടോ എന്ന് സംശയമാണ്. ടർണറുടെ കൈവശം അദ്ദേഹത്തിന്റെ യാത്രകളുടെ ശേഷിപ്പുകളായി കണ്ടെത്താനാവുക ആയിരക്കണക്കിന് സ്കെച്ചുകളാണ്. ഈ നിലയിൽ രൂപപ്പെടുത്തിയ സ്കെച്ചുകളുടെ പിൻബലംതന്നെയായിരിക്കണം പുതിയ പെയിന്റിംഗുകളുടെ പ്രചോദനവും.

എണ്ണച്ഛായാ ചിത്രരചനയുടെ ബ്രിട്ടീഷ് ശൈലിക്ക് പ്രചുരപ്രചാരം നേടിക്കൊടുക്കുന്നതിൽ ടർണറുടെ പങ്ക് വിലപ്പെട്ടതാണ്.

6

ജോൺ കോൺസ്റ്റാബിൾ
(1776-1837)

ആയിരത്തി എഴുന്നൂറ്റി എഴുപത്തി ആറ് ജൂൺ 11 ന് മില്ലുടമയുടെ മകനായി ബ്രിട്ടണിൽ ജനിച്ച ജോൺ കോൺസ്റ്റാബിൾ (John Constable) പ്രകൃതി ദൃശ്യചിത്ര രചനയിൽ അതുല്യ പാടവം പുലർത്തിയ ചിത്രകാരനായിരുന്നു. സമ്പന്നതയുടെ ഭൗതിക സാഹചര്യങ്ങളുമായാണ് വിഖ്യാതനായ പ്രകൃതിദൃശ്യ ചിത്രകാരൻ ജെ എം ഡബ്ല്യു ടർണർ കലാലോകത്ത് വളർന്നുവന്നതെങ്കിൽ ജോൺ കോൺസ്റ്റാബിളിന്റെ അനുഭവം നേരെ മറിച്ചായിരുന്നു. ജീവിത പ്രാരാബ്ധങ്ങൾ എന്നും അദ്ദേഹത്തിന്റെ സഹചാരിയായിരുന്നു. ഇക്കാരണംകൊണ്ടുതന്നെയായിരിക്കാം പിതാവിന്റെ, ധാന്യം പൊടിക്കുന്ന സ്ഥാപനത്തിൽ 18-ാം വയസ്സിൽ ജോലി ചെയ്യാൻ പോലും നിർബന്ധിക്കപ്പെട്ടത്. പക്ഷേ എല്ലാ ജീവിത പ്രയാസങ്ങളെയും ഏറ്റെടുത്തുകൊണ്ട് തന്നെ, തന്റെ ജീവിതാഭിലാഷമായ ചിത്രകല അഭ്യസിക്കുക എന്ന ദൗത്യം അദ്ദേഹം നിർവ്വഹിക്കുകയുണ്ടായി.

1799-ൽ റോയൽ അക്കാദമിയിൽ പ്രവേശനംകിട്ടിയ ജോൺ കോൺസ്റ്റാബിൾ 1806-ൽ late District-ൽ സന്ദർശനം നടത്തിയത് അദ്ദേഹത്തിന്റെ ചിത്രകലാജീവിതത്തിൽ വലിയ മാറ്റങ്ങൾക്ക് കാരണമായി. കുട്ടിക്കാലം മുതലേ പരിചയം ഉണ്ടായിരുന്ന മറിയയുമായി വിവാഹം നടത്താൻ നിശ്ചയിച്ചെങ്കിലും അവളുടെ ബന്ധുക്കളുടെ എതിർപ്പ് കാരണം ഏറെ നീണ്ടുപോയ വിവാഹം പിന്നീട് 1816-ലാണ് നടന്നത്. ജോൺ കോൺസ്റ്റാബിളിന് 40 വയസ്സുള്ളപ്പോഴായിരുന്നു വിവാഹം. 12 വർഷത്തെ വൈവാഹിക ജീവിതശേഷം 1828-ൽ മറിയ ടി ബി രോഗബാധിതയായി മരണപ്പെടുകയായിരുന്നു. പിന്നീട് ഏറെ മാനസികവ്യഥയോടെ കഴിഞ്ഞുപോന്ന ജോൺ കോൺസ്റ്റാബിൾ 1837-ൽ കഥാവശേഷനായി.

ജോൺ കോൺസ്റ്റാബിൾ

ഭൂഭാഗ ചിത്രകലയുടെ പഠനം നടത്തുന്നവർക്ക് ജോൺ കോൺസ്റ്റാബിൾ എന്ന ചിത്രകാരന്റെ ചിത്ര ചരിത്രം ഒഴിവാക്കിയുള്ള പഠനം ഒരർത്ഥത്തിലും സാധ്യമാവുന്നതല്ല. ഭൂഭാഗ ചിത്രകലാമണ്ഡലത്തിൽ അത്രമാത്രം തന്റെ കരവിരുത് പ്രകടമാക്കാൻ കഴിഞ്ഞു എന്നതുകൊണ്ട് കൂടിയാണ് കലാലോകം അദ്ദേഹത്തെ ആദരിക്കുന്നത്.

മുഖചിത്ര രചനയിൽ ജോൺ കോൺസ്റ്റാബിൾ പുലർത്തിയ പാടവം വ്യത്യസ്തമായിട്ടുള്ളത് തന്നെയായിരുന്നു. മുഖരൂപങ്ങളിലൂടെ പ്രകടമാക്കുന്ന ഭാവാത്മകത്വം കോൺസ്റ്റാബിൾ രചനയുടെ മുഖമുദ്രയെന്നു പറയാം. ലണ്ടനിലെ ടാട് ഗാലറിയെ അലങ്കരിക്കുന്ന ചിത്രമായി തന്നെ മാറുന്നതാണ് ഭാര്യ മറിയയുടെ ചിത്രം. ഭൂഭാഗ ചിത്രരചനയുടെ ആദ്യനാളുകളിൽ കാണുന്ന ബ്രഷിന്റെ പരുക്കൻ പ്രയോഗങ്ങൾ പിന്നീട് ഈ ചിത്രങ്ങളിൽ ഇല്ലാതാവുകയും കുറെക്കൂടി യഥാതഥമായ ചിത്രം രചിക്കുകയുമായിരുന്നു അദ്ദേഹം. എന്നാൽ മിക്ക ചിത്രങ്ങളിലും പ്രകടമായിരുന്ന വെളുപ്പിന്റെ കുറഞ്ഞ സാന്നിദ്ധ്യം ആരും ശ്രദ്ധിക്കപ്പെടുന്നത് തന്നെയായിരുന്നു. താരതമ്യേന ഇരുണ്ട നിറങ്ങളിലൂടെയാണ് മിക്ക ഭൂഭാഗ രചനകളും ജോൺ കോൺസ്റ്റാബിൾ സാധ്യമാക്കിയിരിക്കുന്നത്.

തന്റെ പിതാവിന്റെ ബോട്ട് യാഡും മറ്റ് നദീതീരങ്ങളും ഏറെ പെയിന്റിംഗുകൾക്ക് വിഷയീകരിച്ചിരുന്ന ജോൺ കോൺസ്റ്റാബിൾ കാലാവസ്ഥയുടെ സകലമാന ചലനത്തെയും ചിത്രീകരിക്കുന്നതിൽ വിജയം വരിച്ചതായി കാണാം. *The Admiral's House* എന്ന 1820–1825 കാലത്ത് ചെയ്തതായി ഗണിക്കുന്ന ചിത്രത്തിൽ മുൻതലദൃശ്യത്തിൽ വെള്ളം കുടിക്കുന്ന കുതിരയും നിറയെ ഇരുണ്ട മരങ്ങളുമാണ് ചിത്രീകരിക്കുന്നത്. എന്നാൽ പുറകിൽ അണിഞ്ഞൊരുങ്ങി നിൽക്കുന്നതുപോലെയുള്ള കെട്ടിടത്തിൽ പ്രകാശം പ്രൗഢിയോടെ വിതാനിക്കുമ്പോൾ ഭൂഭാഗ ചിത്രത്തിന്റെ മാറ്റ് ആകെയും വർദ്ധിക്കുന്നതായി കാണാം. പുറകിൽ ആകാശത്തിൽ തിങ്ങിനിൽക്കുന്ന മേഘക്കൂട്ടങ്ങൾക്കിടയിലാണ് പ്രകാശം വിതാനിക്കുന്നതും. അതിന്റെ ചലനാത്മകത കൈവിടാതെ തന്നെ എണ്ണച്ചായ രചന നിർവ്വഹിച്ചിട്ടുമുണ്ട്.

ഭൂഭാഗ രചനയിൽ പ്രയോഗിച്ചിരുന്ന നിറങ്ങളിൽ തന്നെ കാതലായ മാറ്റം കോൺസ്റ്റാബിൾ വരുത്തിയതായി കാണാം. ഏകനിറ ചിത്രത്തിന്റെ പ്രതീതി ജനിപ്പിക്കുന്ന ഏറെ ചിത്രങ്ങൾ ഈ കാലയളവിൽ കോൺസ്റ്റാബിൾ രൂപപ്പെടുത്തുകയുണ്ടായി. *Chain Pier* (1827) എന്ന ചിത്രം ഈ ഗണത്തിലെ ഒരു തുടക്കചിത്രമായി പരിഗണിക്കാം. *Tate Gallery* യിൽ സ്ഥാനം പിടിച്ചിരിക്കുന്ന ഈ ചിത്രം കടൽത്തീര ദൃശ്യത്തിന്റേതാണ്. വിക്ടോറിയ ആന്റ് ആൽബർട്ട് മ്യൂസിയത്തിലുള്ള, *Stonehenge*(1836) എന്ന ചിത്രം ഭൂഭാഗ ചിത്രഗണത്തിൽ പെടുത്താവുന്നത് തന്നെയാണെങ്കിലും കോൺസ്റ്റാബിൾ ചിത്രങ്ങളിൽ നിന്നും എല്ലാ തലത്തിലും വേറിട്ടു നിൽക്കുന്നത് തന്നെയാണ്. പ്രകൃത്യായുള്ള നെടുങ്കൻ കല്ലുകൾ

തലങ്ങും വിലങ്ങുമായി കൂട്ടിയിട്ടത് ആണ് ചിത്ര പ്രമേയമെങ്കിലും ആകാശ നിറങ്ങളും അതിനിടയിലൂടെയുള്ള പ്രകാശ വിതാനങ്ങളും ഭൂതലത്തിലെ മഞ്ഞനിറത്തിന്റെ ആധിക്യവും എല്ലാം ഭൂഭാഗദൃശ്യത്തിലെ പുതിയ മാനം തന്നെയാണ് ജോൺ കോൺസ്റ്റാബിൾ കാണിച്ചുതരുന്നത്.

ജോൺ കോൺസ്റ്റാബിൾ തന്റെ അവസാനകാല രചനകളിലൂടെ ഭൂഭാഗ ചിത്രരചനയ്ക്ക് പുതിയ സമവാക്യം രചിക്കുകയായിരുന്നു. ഇരുണ്ട നിറങ്ങൾ തന്റെ landscape ചിത്രങ്ങളിൽ മുൻനിരകാഴ്ചാതലത്തിലേക്ക് നന്നായി നിറയുമ്പോൾ അതിനകത്ത് വളരെ നേർത്ത മട്ടിലെങ്കിലും പ്രത്യക്ഷപ്പെടുന്ന ചുവപ്പും വെളുപ്പും ഒക്കെ ചിത്രത്തിന്റെ മാറ്റ് കൂട്ടുന്നതുതന്നെ. ഒപ്പം ചിത്രകാരന്റെ നിറവിതാനത്തിലുള്ള അവഗാഹം വിളിച്ചറിയിക്കുന്നതുമാണ്.

Salisbury Cathedral (1823) എന്ന ചിത്രം ജോൺ കോൺസ്റ്റാബിളിന്റെ ശ്രദ്ധേയമായ മറ്റൊരു രചനയാണ്. സൂര്യപ്രകാശത്തിൽ തിളങ്ങിനിൽക്കുന്ന ഒരു കത്തീഡ്രലിന്റെ ദൃശ്യവും മുൻനിരക്കാഴ്ചയിൽ താരതമ്യേന ഇരുണ്ട മരങ്ങളുമാണ് ജോൺ കോൺസ്റ്റാബിൾ ഈ ചിത്രത്തിൽ രേഖപ്പെടുത്തുന്നത്. പള്ളിയുടെ പുറം ചുവരിലെ പ്രകാശത്തിന്റെ മാറ്റ് വർദ്ധിപ്പിക്കുന്നത് മുൻനിരയിൽ ക്യാൻവാസിന്റെ നാലുഭാഗത്തുമെന്നപോലെ നിറഞ്ഞു നിൽക്കുന്ന ഇരുണ്ട നിറത്തിലുള്ള മരങ്ങൾ തന്നെയാണ്. ദാഹജലം മനുഷ്യർക്കെന്നപോലെ മൃഗങ്ങൾക്കും അനുഗ്രഹം തന്നെയാണ്. കോൺസ്റ്റാബിൾ തന്റെ പലചിത്രങ്ങളിലും ചെറിയ തടാകങ്ങളോ നീർക്കെട്ടുകളോ ചിത്രീകരിക്കുന്നുണ്ട്. ദാഹം തീർക്കുന്ന പശുക്കളെയും മിക്ക ചിത്രങ്ങളിലും അദ്ദേഹം ക്രമപ്പെടുത്തുന്നുണ്ട്. ഈ നിലയ്ക്കുള്ള ദൃശ്യം *Salisbury Cathedral* എന്ന ചിത്രത്തിലും അദ്ദേഹം അതിവിദഗ്ദ്ധമായി വരച്ചു ചേർത്തിട്ടുണ്ട്.

ഇരുണ്ട നിറങ്ങൾക്കിടയിൽ ചുവപ്പും വെളുപ്പും വളരെ ചെറിയ പ്രാതിനിധ്യമായി ജോൺ കോൺസ്റ്റാബിൾ ചേർക്കുന്നുണ്ട്. ഇതിനെ ലോകനിലവാരത്തിലുള്ള നിരൂപകരെല്ലാം വാഴ്ത്തിയിട്ടുമുണ്ട്. പ്രകൃതിദൃശ്യ ചിത്രങ്ങളിൽ ഭൂതലത്തിന്റെ ഉയർച്ചകളും താഴ്ചകളും അതിവിദഗ്ദ്ധമായിതന്നെ എണ്ണച്ചായ മാധ്യമത്തിൽ വരയാൻ ജോൺ കോൺസ്റ്റാബിളിനു കഴിയുന്നുണ്ട്. ആകാശദൃശ്യത്തിന് കൂടുതൽ പ്രാമുഖ്യം നൽകുന്ന നിലയിലുള്ള ചിത്രങ്ങളും ലണ്ടനിലെ നാഷണൽ ഗാലറിയിൽ കോൺസ്റ്റാബിളിന്റേതായി ഉണ്ട്. ക്യാൻവാസിനുകീഴെ അൽപ്പമാത്രമായ സ്ഥലത്ത് രൂപപ്പെടുത്തിയ ഭൂദൃശ്യവും അനിനകത്ത് ജലാശയങ്ങളും കൈത്തോടുകളും ചെറിയ നീരുറവകളും ഒക്കെ പരാമർശിക്കുന്ന ഒട്ടേറെ ചിത്രങ്ങളുണ്ട്. ആകാശമേഘങ്ങളുടെ ചലനാത്മകമായ അവസ്ഥയും മേഘങ്ങൾക്കിടയിലൂടെ അരിച്ചെത്തുന്ന സായാഹ്ന കിരണങ്ങൾ ജലാശയം വരെ പരന്നെത്തുന്നതും കോൺസ്റ്റാബിൾ ചിത്രങ്ങളുടെ മഹിമ തന്നെയായി നിലനിൽക്കുന്നുണ്ട്.

പ്രധാനമായും മൂന്നു ചിത്രകാരന്മാരുടെ ചിത്രങ്ങൾ കോൺസ്റ്റാ

ബിളിന്റെ ചിത്രങ്ങളിൽ സ്വാധീനിച്ചതായി രേഖപ്പെടുത്തുന്നു. Claude Lorrain (1600-1682), Thomas Gain borogh (1727-1788), Jacob Van Ruisodad (1628-1682) എന്നീ ചിത്രകാരന്മാർ ഭൂഭാഗ ചിത്രരചനയിലും ആകാശ ദൃശ്യചിത്രീകരണത്തിലും കാണിച്ച പ്രത്യേകതകൾ ജോൺ കോൺസ്റ്റാബിൾ, റിച്ചാർഡ് വിൽസൺ തുടങ്ങിയ ചിത്രകാരന്മാരെ സ്വാധീനിച്ചതായി കാണുന്നു.

കുതിരയുടെ കുതിപ്പ് മറ്റ് പല ചിത്രകാരന്മാരെയും പോലെ ജോൺ കോൺസ്റ്റാബിളും ചിത്രീകരിച്ചതായി കാണാം. പ്രകൃതിയിൽ നിന്നും വിഭവങ്ങൾ ആർജ്ജിച്ചുകൊണ്ടുള്ള മനുഷ്യകുലത്തിന്റെ ഊർജ്ജസ്വല തയോടെയുള്ള കുതിപ്പ് തന്നെ ഇത് ഓർമ്മപ്പെടുത്തുന്നു. *ചോളവയൽ, കുതിച്ചുചാടുന്ന കുതിര* തുടങ്ങിയ വളരെ ശ്രദ്ധേയമായ ചിത്രങ്ങൾ റോയൽ അക്കാദമിയിൽ പ്രദർശിപ്പിച്ചിരിക്കുകയാണ്. വിഷയാത്മകമായി പ്രയോഗപരതയിൽ ഏറെ മാറ്റങ്ങൾ ഇല്ലാതെയാണ് ജോൺ കോൺസ്റ്റാ ബിളിന്റെ ചിത്രങ്ങൾ കടന്നുപോയത്.

പതിനാറും പതിനാലും നൂറ്റാണ്ടുകളിലൂടെ കലാലോകം അനുഭ വിച്ച പ്രകൃതി ദൃശ്യ ചിത്രപരത ഏറെ മുന്നോട്ടുകൊണ്ടുപോകാനായ ചിത്രകാരനായി ജോൺ കോൺസ്റ്റാബിളിനെ കാണാം. പതിനാറും പതി നേഴും നൂറ്റാണ്ടുകളിൽ ചിത്രകാരന്മാർ മനുഷ്യരൂപ രചനയിലും പ്രകൃതി ദൃശ്യങ്ങളിലും പ്രയോഗിച്ച ഏറെ യഥാതഥമായതോ ലാവണ്യദായകമോ ആയ ചിത്രരീതികൾക്കും പരുക്കൻ ബ്രഷ് സ്ട്രോക്കുകളുടെ വിതാന രീതിയായ എണ്ണച്ചായാ രീതികൾക്കും മധ്യേ ആയിരുന്നു ജോൺ കോൺസ്റ്റാബിളിന്റെ നിറപ്രയോഗരീതിയുടെ പരിസരം. എന്നാൽ മുഖ ചിത്ര രചനയിൽ ഇതിൽനിന്നെല്ലാം ഭിന്നമായ നിലയും കോൺസ്റ്റാബിൾ സ്വീകരിക്കുകയുണ്ടായതായി കാണാം. നീർത്തടങ്ങളുടെ അരികുപറ്റി നിന്ന ചിത്രകാരനായി വിശേഷിപ്പിക്കാവുന്ന ജോൺ കോൺസ്റ്റാബിളിന്റെ രചനകൾ എക്കാലവും കലാലോകത്തിന്റെ മാറ്റ് കൂട്ടാൻ പാകത്തിൽ തന്നെയുണ്ട്.

7

ജെ എം വിസ്റ്റ്ലർ
(1834-1903)

ആയിരത്തി എണ്ണൂറ്റി മുപ്പത്തിനാലിൽ മഡാക്കസിലെ ലാവലിൽ ജനിച്ച വിസ്റ്റ്ലർ (J M Whistler) 1851–ൽ മിലിട്ടറി അക്കാദമിയിൽ ചേരുകയുണ്ടായി. ലോക കലാഭൂപടത്തിൽ എണ്ണിയാലൊടുങ്ങാത്തത്ര ചിത്രകാരന്മാർ തെളിച്ച കലാവഴികൾ ഉണ്ടായിട്ടും അവയിലൂടെ ഒതുങ്ങിനടക്കാൻ കൂട്ടാക്കാതിരുന്ന ചിത്രകാരനാണ് വിസ്റ്റ്ലർ. വ്യത്യസ്തശൈലികളുടെ അനുഭവപാഠങ്ങൾ സ്വാംശീകരിച്ച അദ്ദേഹം പുതിയ നിറസങ്കേതങ്ങളും കലാസങ്കല്പങ്ങളും അവതരിപ്പിക്കാൻ ധീരത കാട്ടി.

ഭൂഭാഗ ചിത്രരചനയിൽ ഏകവർണ്ണ സ്വഭാവമെന്നോ ദ്വിവർണ്ണ സ്വഭാവമെന്നോ വിളിക്കാവുന്ന വർണ്ണവിന്യാസശൈലിയിലുള്ള ചിത്രങ്ങൾ രൂപപ്പെടുത്തുന്നതിൽ വിജയം കണ്ട ചിത്രകാരനാണ് വിസ്റ്റ്ലർ. 1866–ൽ ചിലിയിലേക്കു നടത്തിയതുൾപ്പെടെയുള്ള യാത്രകൾ അദ്ദേഹത്തിന്റെ, ചിത്രജീവിതത്തിൽ സാരമായ ചലനം ഉണ്ടാക്കി.

മനുഷ്യരൂപ ചിത്രരചനയിൽ നൂതനമായ ഒരു അവതരണരീതി ക്രമപ്പെടുത്താൻ വിസ്റ്റ്ലർ ശ്രദ്ധിച്ചിരുന്നു. മറ്റ് ചിത്രകാരന്മാരിൽനിന്നും വിസ്റ്റ്ലറെ വ്യത്യസ്തനാക്കുന്നതും ഇതൊക്കെയാണ്. 1900–ൽ ഗുരുതരമായി രോഗബാധിതനായ വിസ്റ്റ്ലർ 1903–ൽ മരണപ്പെടുകയായിരുന്നു.

ജെ എം വിസ്റ്റ്ലർ

19–ാം നൂറ്റാണ്ട് സമ്മാനിച്ച അനുഗൃഹീതനായ കലാകാരനാണ് ജെ എം വിസ്റ്റ്ലർ. പതിനേഴാം നൂറ്റാണ്ടിന്റെയും തുടർന്ന് 18,19 നൂറ്റാണ്ടുകളിലെയും ചിത്രകലയുടെ സവിശേഷത നിറങ്ങൾ തെരഞ്ഞെടുക്കുന്നതിലെ ധാരാളിത്തവും പഴയ തുടർച്ചയും ആയിരുന്നു. ഭൂഭാഗചിത്രരചനയിലായാലും പോർട്രെയിറ്റ് രചനയിലായാലും കൈവച്ച തലങ്ങളിലെല്ലാം അനിതരസാധാരണമായ പാടവം പ്രകടമാക്കിയ ചിത്രകാരനായിരുന്നു വിസ്റ്റ്ലർ. ഏകനിറപ്രയോഗരീതിയിലുള്ള ഭൂഭാഗചിത്രങ്ങൾ ഏറെ വരച്ചുതീർക്കുമ്പോഴും പുതിയൊരു അവതരണരീതി കണ്ടെത്താൻകൂടി വിസ്റ്റ്ലറിനു കഴിയുന്നുണ്ട്. 1866–ൽ വരച്ച *Valparasio* എന്ന ചിത്രം, തീരത്ത് നങ്കൂരമിട്ടതുപോലെ ചിത്രീകരിക്കുന്ന ബോട്ടുകൾക്കും കടൽത്തീര ദൃശ്യത്തിനും ആകാശദൃശ്യത്തിനുമെല്ലാം ഉപയോഗിക്കുന്നത് ഏകവർണ്ണ പ്രയോഗത്തിന്റെ രീതി തന്നെയാണ്. എന്നാൽ ഈ രീതിയിലുള്ള ചിത്രങ്ങൾ എണ്ണിയാലൊടുങ്ങാത്തത്ര ചെയ്യുമ്പോഴും ഒന്നുപോലും അരോചകമോ ആവർത്തനവിരസമോ ആകുന്നില്ല. വാഷിംഗ്ടൺ ഡിസി യിലെ നാഷണൽ ഗാലറി ഓഫ് ആർടിൽ പ്രദർശിപ്പിച്ചിരിക്കുന്ന *The White Girl, Portrait of Lady Menx* എന്നീ ചിത്രങ്ങളും ലണ്ടനിലെ Tate Gallery യിൽ പ്രദർശിപ്പിച്ചിരിക്കുന്ന *The Little White Girl* എന്ന ചിത്രവും നൽകുന്നത് വെണ്മയുടെ താളാത്മകത്വം നിറഞ്ഞ ശോഭതന്നെയാണ്. വസ്ത്രങ്ങൾക്ക് ഉപയോഗിച്ചിരിക്കുന്ന നിറങ്ങളിൽ മാത്രമല്ല അതിന്റെ texture ലും വിസ്റ്റലറിന്റെ (Whistler) രചനാവിശേഷം പ്രകടമാവുന്നു. വസ്ത്രചിത്രീകരണത്തിൽ മികച്ച പാടവം പ്രകടമാക്കിയ എഡ്ഗർ ദെഗായുടെ ചിത്രങ്ങളിലും സുപ്രധാനമായി ഈ മികവു തന്നെയാണ് കാണുന്നത്. ദെഗായുടെ നിരവധി ചിത്രങ്ങൾ ഡാൻസ് ചെയ്യാനുള്ള തയ്യാറെടുപ്പിനായി അണിഞ്ഞൊരുങ്ങുന്ന സ്ത്രീകളുടേതാണ്. എന്നാൽ ഈ ചിത്രങ്ങളിലൊന്നിലും ദെഗാ നിറങ്ങളുടെ ധാരാളിത്തം പുലർത്തുന്നില്ല. ഡാൻസ് ചെയ്യുന്ന കുട്ടികൾ അണിയുന്ന വസ്ത്രങ്ങൾ മിക്കതും വർണ്ണ വൈവിദ്ധ്യം ഉള്ളതാവാതിരിക്കാൻ എഡ്ഗർ ദെഗാ പുലർത്തുന്ന കണിശത തന്നെയാണ് വിസ്റ്റ്ലർ ചിത്രങ്ങളിലും കാണാനാവുന്നത്.

Three figures (1879) എന്ന ചിത്രത്തിലും തികച്ചും നേർത്ത വസ്ത്രധാരികളായവർതന്നെയാണ് പ്രമേയം. പൂച്ചെടിയെ പരിപാലിക്കുന്നവരുടെ ചിത്രങ്ങളിലൂടെ പ്രകടമാവുന്നതും ആകാംക്ഷാഭരിതമായ മാനസികാവസ്ഥതന്നെയാണ്. *Valparasis* എന്ന ചിത്രത്തിലേതുപോലെയുള്ള ഏകമാന നിറത്തിൽ തന്നെയാണ് *Three Figures* ഉം ചിത്രീകരിച്ചിരിക്കുന്നത്. പ്രതീക്ഷാഭരിതമായ ഒരു പുതിയ കാലത്തെ പ്രത്യാശയോടെ കാത്തിരിക്കുന്ന അനുഭവമാണ് *Three Figures* സംവദിക്കുന്നത്. 1871–74 കാലത്തായി വരച്ച *Westminister Bridge* ന്റെ ചിത്രം *Grey*

Pink and Grey: Three figures, 1879

and Gold എന്ന് നാമകരണം ചെയ്തിട്ടുള്ളതാണ്. തെംസ് നദിയുടെ ഓർമ്മച്ചിത്രമായാണ് ഇത് ചിത്രീകരിക്കുന്നത്. ഇരുൾ നിറഞ്ഞു നിൽക്കുന്ന ഒരു ഭൂതലത്തെ ഏറെ പ്രകാശക്രമീകരണങ്ങൾ ഒന്നുമില്ലാതെ എങ്ങനെ ചിത്രീകരിക്കാനാവുമെന്നാണ് വിസ്റ്റ്ലർ (Whistler) ഈ ചിത്രത്തിലൂടെ കാണിച്ചുതരുന്നത്. നദിയുടെ മറുകരയിലായി നിരന്നു നിൽക്കുന്ന പ്രകാശകേന്ദ്രം തെംസ് നദിയുടെ ഇരുളിലേക്ക് പരന്നൊഴുകുന്നതായി ചിത്രീകരിക്കുകയാണ് വിസ്റ്റ്ലർ. 1876-ൽ വരച്ച *Chelsea Snow* യുടെ ചിത്രവും *Grey and Gold* എന്ന പേരിൽത്തന്നെയാണ് അറിയപ്പെടുന്നത്. ഇത് *Valparasis* എന്ന ചിത്രത്തോടു സാമ്യതയുള്ളതും എന്നാൽ മഞ്ഞുവീഴ്ചയുടെ പ്രതീതി ശക്തമായി നിറഞ്ഞു നിൽക്കുന്നതുമായ രചനയാണ്.

Portrait ചിത്രരചനയിൽ വിസ്റ്റ്ലർ പുലർത്തുന്ന തികച്ചും ഭിന്നമായ രീതി ശ്രദ്ധേയമാണ്. ഇത്തരത്തിലുള്ള വൈവിദ്ധ്യത്തിന് മികച്ച ഉദാഹരണം അദ്ദേഹത്തിന്റെ *Portrait of the Painters Mother* (1871) എന്ന ചിത്രമാണ്. കസേരയിലിരിക്കുന്ന തന്റെ അമ്മയുടെ അരിക് ദൃശ്യം മറ്റ് പല ചിത്രങ്ങളിലുമെന്നപോലെ ഇരുണ്ട പശ്ചാത്തലത്തിലാണ് ക്രമപ്പെടുത്തിയിരിക്കുന്നത്. ഇതിൽ വിസ്റ്റ്ലറുടെ പെയിന്റിങ്ങ് ചുവരിൽ അലങ്കരിച്ചിട്ടുണ്ട്. ചിത്രങ്ങൾകൊണ്ട് സമ്പന്നമായ ഒരു ചുവരിന് കീഴെയാണ് അമ്മയുടെ സാന്നിദ്ധ്യം ചിത്രകാരൻ ഉറപ്പാക്കിയിരിക്കുന്നത് എന്നുപറ

യാൻ പാകത്തിൽ, മറുഭാഗത്തായി മറ്റൊരു ചിത്രത്തിന്റെ അല്പഭാഗം പ്രത്യക്ഷപ്പെടുത്തിയിട്ടുണ്ട്. കറുത്ത വസ്ത്രം കൂടാതെ തലയിലൂടെ അണിഞ്ഞിരിക്കുന്ന ഷാളിന്റെ സുതാര്യതപോലും വളരെ മികച്ച രീതിയിൽ പ്രകടമാക്കാൻ വിസ്റ്റ്ലർക്ക് കഴിയുന്നുണ്ട് ഈ ചിത്രത്തിൽ.

1858–59 കാലത്ത് വരച്ച ചിത്രകാരന്റെ സഹോദരിയുടെയും കുട്ടിയുടെയും ചിത്രത്തിലും വിസ്റ്റ്ലർ ചിത്രങ്ങളുടെ പകർപ്പുകൾ കാണാം. തന്റെ സഹോദരി കറുത്ത വസ്ത്രമാണ് അണിഞ്ഞിരിക്കുന്നതെങ്കിൽ കുട്ടി വെളുത്ത വസ്ത്രം അണിഞ്ഞിട്ടുണ്ട്. സംഗീത ഉപകരണം പരിശീലിക്കുന്ന സഹോദരിയുടെ ചിത്രം 1860–ൽ റോയൽ അക്കാദമിയിൽ പ്രദർശിപ്പിക്കുകയുണ്ടായി. ജനാലയ്ക്കകത്തു നിന്നുള്ള നദീദൃശ്യം *Blue and Silver* എന്ന ചിത്രത്തിൽ കാണാം. പാർക്കിലെപോലെ പ്രകാശിക്കുന്ന ബൾബാണ് ഇവിടെ ചിത്രീകരിക്കുന്നതെങ്കിൽ മറുഭാഗ ജനൽപാളിയിലൂടെ ദൃശ്യമാവുന്നത് മറ്റൊരു ചിത്രക്കാഴ്ചയാണ്. അപൂർണ്ണമായ ചിത്രീകരണത്തോടെ നിരവധി പോർട്രെയിറ്റ് ചിത്രങ്ങളും വിസ്റ്റ്ലറുടേതായി കാണിച്ചുതരുന്നുണ്ട്. ഏത് ചിത്രം രചിക്കുമ്പോഴും എങ്ങനെ പുതിയൊരു അവതരണക്രമം സൃഷ്ടിക്കാനാവും എന്ന് അന്വേഷിച്ചുകൊണ്ടിരുന്ന ചിത്രകാരനായിരുന്നു വിസ്റ്റ്ലർ. Etching രീതിയിലും നിരവധി ചിത്രപരീക്ഷണം അദ്ദേഹം നടത്തിയിട്ടുണ്ട്. തെംസ് നദീതീരത്തെ ആധാരമാക്കി വരച്ച ഇത്തരം ചിത്രങ്ങൾ ലണ്ടനിലെ ബ്രിട്ടീഷ് മ്യൂസിയത്തിൽ പ്രദർശിപ്പിച്ചിട്ടുണ്ട്.

തെംസ് നദീതീരത്തു നിന്നും പടക്കങ്ങളുടെ പരീക്ഷണ പ്രയോഗങ്ങൾ നടത്തുന്ന ചിത്രവും ഏറെ വർണ്ണ സാന്നിദ്ധ്യം ഇല്ലാത്തതാണ്. എന്നിട്ടും മുകളിലോട്ട് കുതിക്കുന്ന പടക്കങ്ങൾ കത്തിയമരുന്ന പ്രതീതി ജനിപ്പിക്കാൻ ചിത്രകാരന് കഴിയുന്നു. കാലം എത്ര കഴിഞ്ഞാലും അദ്ദേഹം ഭൂഭാഗചിത്രരചനയിലും നിറ തെരഞ്ഞെടുപ്പിലും അവതരണത്തിലും വിസ്റ്റ്ലർ പുലർത്തിയ പ്രത്യേകത ഓർമ്മിക്കപ്പെടും.

8

എഡ്ഗർ ദെഗാ
(1834-1917)

പാരീസിലെ ഒരു ബാങ്കറുടെ മകനായി 1834-ൽ ജനിച്ച എഡ്ഗർ ദെഗാ (Edgar Degas) 19-ാം നൂറ്റാണ്ട് സമ്മാനിച്ച അതുല്യ പ്രതിഭാശാലിയായ ചിത്രകാരനാണ്. പാരീസിലെ ഫൈൻ ആർട്സ് കോളേജിൽ (E'cole des Beaux-Arts, Paris) ചേർന്ന ദെഗാ ലൂവ്റ് (Louvre) മ്യൂസിയത്തിൽനിന്നും ലോകപ്രശസ്തരുടെ ചിത്രങ്ങൾ പകർത്തി വരച്ചു ശീലിക്കുകയും തന്റെ ചിത്രപരിചയത്തെ സമ്പന്നമാക്കുകയുമുണ്ടായി.

എഡ്ഗർ ദെഗാ നല്ലൊരു നിയമജ്ഞനായി മാറണമെന്നായിരുന്നു കുടുംബം ആഗ്രഹിച്ചതെങ്കിലും ഉന്നത വിദ്യാഭ്യാസ ശേഷം ചിത്രകലാ പഠനമാണ് എഡ്ഗർ ദെഗാ തെരഞ്ഞെടുത്തത്. മനെ (Manet)യെ കണ്ടുമുട്ടിയതോടെ ദെഗായുടെ കലാജീവിതത്തിൽ സാരമായ മാറ്റം സംഭവിക്കുകയുണ്ടായി.

1870-ൽ കലാപ്രവർത്തനത്തിന്റെ ഭാഗമായി അമേരിക്കയിലെത്തിയ ദെഗാ തന്റെ മാധ്യമത്തിന്റെ വിപുലമായ സാധ്യതകൾ തിരിച്ചറിഞ്ഞു. പാരീസിൽ തിരിച്ചെത്തിയതോടെ താൻ വിലപ്പെട്ടതായി കരുതിവെച്ച ഒട്ടേറെ പെയിന്റിംഗുകൾ വിൽപ്പന നടത്തേണ്ടിവന്നു. ചെയ്യുന്ന ചിത്രങ്ങൾക്ക് സ്വാഭാവിക പ്രതീതി ജനിപ്പിക്കാൻ ഏറെ ശ്രദ്ധിച്ച ആ മഹാനായ കലാകാരൻ 1917-ൽ ലോകത്തോട് വിടപറഞ്ഞു.

എഡ്ഗർ ദെഗാ

അന്വേഷണാത്മകമനസ്സിന്റെ ബാക്കിപത്രം കലാലോകത്തിന് സമർപ്പിച്ച ചിത്രകാരനായി എഡ്ഗർ ദെഗായെ കാണാം. പ്രകൃതിയുടെ പതിവു കാഴ്ചകൾ വരച്ചുവയ്ക്കാൻ ഒരിക്കലും കൂട്ടാക്കാത്ത ചിത്രകാരനായിരുന്നു എഡ്ഗർ ദെഗാ. മാത്രമല്ല, ഈ സമീപനത്തോട് നിരന്തരം കലഹിച്ചിരുന്ന ചിത്രകാരൻ കൂടിയായിരുന്നു അദ്ദേഹം. മറ്റുള്ളവരുടേതിൽനിന്നു വ്യത്യസ്തമായ വീക്ഷണകോണിലൂടെ ലോകത്തെ നോക്കി കാണാനായിരുന്നു അദ്ദേഹത്തിന് താൽപ്പര്യം. തിയേറ്ററുകൾ, ഒപേര ഹൗസ്, കാബറെ തുടങ്ങിയവയുടെ ദൃശ്യങ്ങൾ പുതിയ കാഴ്ചകളായി അവതരിപ്പിക്കുന്നതിലായിരുന്നു അദ്ദേഹം ഉത്സാഹം കാണിച്ചുപോന്നത്. ഈ നിലയിലുള്ള ചിത്രസാക്ഷ്യത്തിന് അനുഭവിക്കേണ്ടിവന്ന പ്രയാസത്തെക്കുറിച്ച് ദെഗാതന്നെ പറയുന്നത് ഇപ്രകാരമാണ്.

> എന്റെ മരണശേഷം നിങ്ങൾക്ക് മനസ്സിലാക്കാൻ കഴിയും– ഈ നിലയ്ക്കുള്ള ചിത്രത്തിന് ഞാൻ എത്രമാത്രം കഠിന പരിശ്രമം നടത്തിയിട്ടുണ്ടെന്ന്.

വ്യക്തിജീവിതത്തിൽ യാഥാസ്ഥിതികത്വം നിറഞ്ഞ സമീപനം ആയിരുന്നു ദെഗാ പുലർത്തിയിരുന്നതെങ്കിലും ചിത്രജീവിതത്തിൽ പുതിയ ആശയങ്ങൾ കണ്ടെത്താനുള്ള ഭഗീരഥശ്രമം തന്നെയാണ് നടത്തിയത്. തന്റെ 20–ാമത്തെ വയസ്സിൽ ഇറ്റലിയിലേക്ക് യാത്രതിരിച്ച ദെഗാ വിശ്വപ്രസിദ്ധരുടെ ചിത്രങ്ങൾ പകർത്തി വരച്ചുകൊണ്ട് ചിത്രപരിചയം ബലപ്പെടുത്തുകയായിരുന്നു. 19–ാം നൂറ്റാണ്ടിന്റെ അവസാന പകുതിയിലും 20–ാം നൂറ്റാണ്ടിന്റെ ആദ്യഭാഗങ്ങളിലുമായി ജീവിച്ച ദെഗായുടെ ചിത്രങ്ങൾ ഫോട്ടോഗ്രാഫിന് അണിനിരന്നതുപോലുള്ള ചിത്രങ്ങൾ ആവാതിരിക്കാൻ എന്നും അദ്ദേഹം ജാഗ്രത പുലർത്തിയിരുന്നു. ഈ ജാഗ്രതയിൽ നിന്നുകൂടിയാവണം മറ്റാരും ചിത്രവിഷയമാക്കാതെപോയ ഭാഗങ്ങളെ അവതരിപ്പിക്കാൻ തയ്യാറായത്. സ്ത്രീകളുടെ നഗ്നമേനി വരയ്ക്കുമ്പോൾ പോലും ഈ നിലയ്ക്കുള്ള വ്യത്യസ്തത പുലർത്താൻ അദ്ദേഹം തയ്യാറായതായി കാണാം.

After the Bath (1888), *Breakfast - after the Bath* (1894) എന്നീ ചിത്രങ്ങൾ ഇതിനുദാഹരണമായി എടുത്തു കാണിക്കാനാവും. പെസ്റ്റലുകളിൽ (Pastels) ഏറെ ചിത്രങ്ങൾ രൂപപ്പെടുത്തിയ ചിത്രകാരനാണ് ദെഗാ. ഈ മാധ്യമത്തിൽത്തന്നെയാണ് മേൽസൂചിപ്പിച്ച രണ്ട് ചിത്രങ്ങളും അദ്ദേഹം ചെയ്തത്. കസേരയിൽ കുനിഞ്ഞിരുന്ന് തല തുവർത്തിക്കൊണ്ടിരിക്കുന്ന സ്ത്രീയുടെ ചിത്രമാണ് *After the bath* എങ്കിൽ കുളികഴിഞ്ഞ് വരുമ്പോൾ കാലിലെ വെള്ളം തുവർത്തുന്ന സ്ത്രീരൂപമാണ് *Breakfast - after the bath* എന്ന ചിത്രത്തിൽ. സ്ത്രീയുടെ നഗ്നശരീരത്തിന്റെ മുൻ കാഴ്ചകൾ പല യൂറോപ്യൻ ചിത്രകാരന്മാരും വളരെ മാദകത്വത്തോടെ വരച്ചിട്ടുണ്ട്. ഇത്തരത്തിലുള്ള കുറെ ചിത്രങ്ങൾ ലൂവ്റ് മ്യൂസിയത്തിൽ

സ്ഥാനം നേടിയിട്ടുമുണ്ട്. എന്നാൽ ഈ രീതിയിലുള്ള ഒരു കാഴ്ചാതലം സൃഷ്ടിക്കാനല്ല ദെഗാ ശ്രമിച്ചത്. ആസ്വാദകന്റെ അന്വേഷണതൃഷ്ണയുമായി സംവദിക്കാൻ ദെഗെയുടെ ചിത്രങ്ങൾക്കു കഴിയുന്നുണ്ട് എന്നു സാരം.

കുളികഴിഞ്ഞ് പൂർണ്ണനഗ്നമായി വരിക എന്നത് ഒരു സ്വകാര്യ ഇടപാടല്ല ദെഗയുടെ ചിത്രത്തിൽ. മറ്റ് സ്ത്രീസാന്നിധ്യം കൂടി ഉറപ്പാക്കുന്നതിലൂടെ സ്വകാര്യപരിസരത്തിന്റെ അതിർത്തി ചിത്രത്തിൽ തകർക്കുന്നുണ്ട്. കൂട്ടായ മനുഷ്യസാന്നിധ്യമുള്ള ഭൂഭാഗങ്ങൾ ഏറെ വരച്ചിട്ടുള്ള എഡ്ഗർ ദെഗാ അവിടെയും വിഷയ സ്വീകരണത്തിൽ വ്യത്യസ്തത പുലർത്തുന്നതായി കാണാം. താരതമ്യേന ഇരുണ്ട ചിത്രതലത്തിൽ അപൂർവ്വമായി പ്രയോഗിക്കപ്പെടുന്ന വെളുപ്പിന്റെ പ്രൗഢി അദ്ദേഹത്തിന്റെ ചിത്രങ്ങളെ ശ്രദ്ധേയമാക്കുന്നു. *After the Bath* എന്ന ചിത്രത്തിൽ തുവർത്തുന്ന വെളുത്ത തുണിയായിട്ടാണ് വെളുപ്പ് ചിത്രീകരിക്കുന്നതെങ്കിൽ *Racing Horses in a landscape* (1874) എന്ന ചിത്രത്തിൽ കുതിരകളുടെ പുറത്തിരിക്കുന്ന യാത്രികരുടെ പാന്റ്സിന്റെ നിറമായാണ് വെളുപ്പ് ഉപയോഗിച്ചിരിക്കുന്നത്.

ഇംപ്രഷണിസ്റ്റ് ചിത്രകാരന്മാരിൽ പ്രധാനിയായ ദെഗായുടെ ചിത്രകാലത്താണ് ഇംപ്രഷനിസ്റ്റു ചിത്രങ്ങളുടെ പ്രഥമ പ്രദർശനം നടന്നത്. ജീവിതത്തിന്റെ മുൻയാത്രയിലേക്കുള്ള ഏതു നിലയ്ക്കുമുള്ള തയ്യാറെടുപ്പ് അദ്ദേഹത്തിന്റെ ചിത്രങ്ങളുടെ പൊതു സ്വഭാവമായി കാണാനാവും. 80 കളിൽ ചെയ്ത ചിത്രങ്ങൾക്കകത്ത് യാത്രക്ക് തയ്യാറെടുക്കുന്ന കുതിരകളെയാണ് ദെഗാ ചിത്രീകരിക്കുന്നത്. കുതിച്ചുകൊണ്ടിരിക്കുന്ന കുതിരകളെയല്ല. എങ്കിലും എന്തിനും സജ്ജമായ നിലയിൽ നിൽക്കുന്ന കുതിര കാഴ്ചക്കാരുടെ മനസ്സിൽ ഉണർത്തുന്നത് അതിന്റെ കുതിപ്പിന്റെ പ്രതീതി തന്നെയാണ്. ഇങ്ങനെയൊരു ശേഷഭാഗം വായനക്കാരനിൽ ഉണർത്താൻ ദെഗായുടെ ചിത്രങ്ങൾക്ക് കഴിയുന്നുണ്ട്. നൃത്തംചെയ്യുന്ന കുട്ടികളെയല്ല, അണിയറയിൽ അതിനുള്ള തയ്യാറെടുപ്പ് നടത്തുന്നവരെയാണ് അദ്ദേഹം വരച്ചത്. ഇങ്ങനെയുള്ള നൃത്തത്തിന്റെ അണിയറദൃശ്യങ്ങൾതന്നെ ഒട്ടേറെയെണ്ണം ദെഗാ വരച്ചിട്ടുണ്ട്. എല്ലാം ദൃശ്യതലത്തിൽ ഭിന്നങ്ങളാണ്. ഈ ചിത്രങ്ങളും കേവലമായ നൃത്ത തയ്യാറെടുപ്പിന്റെ രംഗം മാത്രമല്ല കാഴ്ചക്കാരന്റെ ഓർമ്മയിലെത്തിക്കുന്നത്. മറിച്ച് നൃത്തമെന്ന കലാപരിപാടിയിൽ അഭിരമിക്കുന്നവരുടെ കലായാത്രതന്നെയാണ് അതിൽ. പച്ചപ്പ് നിറഞ്ഞ പ്രകൃതിയിൽ രണ്ട് സഹോദരിമാർ പങ്കിടുന്ന സൗഹൃദമാണ് *The Conversation* (1890) എന്ന ചിത്രത്തിൽ വെളുപ്പ് വളരെ ഭാഗികമായി മാത്രം പ്രത്യക്ഷമാവുന്ന ഈ ചിത്രത്തിൽ പച്ചയുടെ സമൃദ്ധി തന്നെയാണ് നിറവായുള്ളത്. പച്ചപ്പാർന്ന ജീവിതതലം, അവരുടെ സൗഹൃദസംഭാഷണത്തിനിടയിൽ വളർത്തിക്കൊണ്ടുവരാൻ ഈ ചിത്രത്തിലെ നിറ തെരഞ്ഞെടുപ്പിലൂടെ ദെഗാ എന്ന ചിത്രകാരന് കഴിയുന്നുണ്ട്.

ദെഗായുടെ ചിത്രങ്ങളെക്കുറിച്ച് ഓർക്കുന്ന ഏത് ചിത്രകലാ വിദ്യാർത്ഥിയുടെയും മനസ്സിൽ ആദ്യം ഓടിയെത്തുക നിശ്ചയമായും

The Dancing Class, 1874

നൃത്തപരിശീലനത്തിന്റെ രംഗങ്ങളോ അണിയറ ദൃശ്യങ്ങളോ ആയിരിക്കും. കാരണം ഈ നിലയ്ക്കുള്ള ഏറെ ചിത്രങ്ങൾ ദെഗാ കലാലോകത്തിന് നൽകിയിട്ടുണ്ട്. ഇവയെല്ലാം നല്ല പ്രചാരം നേടിയിട്ടുള്ളവയുമാണ്. തികച്ചും വെളുത്തതും സുതാര്യവുമായ നൃത്ത ഉടുപ്പുകളുടെ ഭംഗി ഒത്തുനോക്കുകയും ഉടുത്ത രീതി ഉറപ്പുവരുത്തുകയും ചെയ്യുന്ന നൃത്ത വിദ്യാർത്ഥികളും അവരെ പരിശീലിപ്പിക്കുന്ന അദ്ധ്യാപകരും ദെഗായുടെ ചിത്രങ്ങൾക്ക് വിഷയമായിട്ടുണ്ട്. ഒപേര ഹൗസിന്റെയോ കഫെയുടെയോ കാബറെയുടെയോ ദൃശ്യം ക്യാൻവാസിലാക്കുന്നതിന് ദെഗാ തെരഞ്ഞെടുത്ത രീതി സാഹസികമായിട്ടുള്ളത് തന്നെയായിരുന്നു. ആരും ദൃശ്യ

വൽക്കരിക്കാത്ത വീക്ഷണകോണിലൂടെ എങ്ങനെ ഒരു പുതിയ ദൃശ്യ മാനം ഉണർത്താനാവും എന്നതായിരുന്നു ദെഗായുടെ ചിന്ത. ഈ ചിന്തയുടെയും അന്വേഷണത്തിന്റെയും ഫലമായിട്ടാണ് അദ്ദേഹത്തിന് പുതുമയാർന്ന പല ചിത്രങ്ങളും സംഭാവന ചെയ്യാൻ കഴിഞ്ഞത്. നൃത്ത അണിയറകളുടെയും കഫേകളുടെയും കാബറെരംഗങ്ങളുടെയും ചിത്രീ കരണത്തിൽ അദ്ദേഹം അങ്ങേയറ്റം ജാഗ്രത പുലർത്തിയിരുന്നു. പെസ്റ്റൽ ഉപയോഗിച്ച് ഒട്ടേറെ ചിത്രങ്ങൾ ചെയ്തിട്ടുള്ള ദെഗാ ഇരുണ്ട നിറങ്ങ ളിൽ നിന്നും വെളുപ്പിലേക്കും നേർത്തനിറങ്ങളിലേക്കും എത്തിച്ചേരുക യായിരുന്നു. ഇവിടെ highlights രൂപപ്പെടുത്തുന്നത് തികഞ്ഞ മിതത്വ ത്തോടുകൂടിത്തന്നെയായിരുന്നു. കാരണം വെളുപ്പിന്റെ പ്രയോഗം അമി തമാവുന്നിടത്ത് ചിത്രത്തിലേക്കുള്ള പ്രകാശവിതാനത്തെകുറിച്ച് പോലും തെറ്റായ ധാരണ ഉണർത്തും. എന്നാൽ ദെഗായുടെ ചിത്രീകരണങ്ങളി ലൂടെ സഞ്ചരിക്കുന്ന ഓരോ കാഴ്ചക്കാരനും പ്രകാശകേന്ദ്രത്തെയും അതിന്റെ വിതാനക്രമത്തെയും കുറിച്ച് പൂർണ്ണ ബോധ്യം ഉണ്ടാകുന്നതും ഇക്കാര്യത്തിൽ അദ്ദേഹം പുലർത്തുന്ന കണിശതയുടെകൂടി ഫലമാണ്.

പ്രസിദ്ധ ഫ്രഞ്ച് ചിത്രകാരനായിരുന്ന ഇംഗ്രെ (Ingres) യുടെ ചിത്ര ങ്ങളിലൂടെയാണ്, മോഡലുകളെ എങ്ങനെ ക്രമപ്പെടുത്താമെന്ന പരിശീ ലനം അദ്ദേഹം നേടുന്നത്. ദെഗായുടെ ചിത്രങ്ങളിലെ 'ചലന സൗന്ദര്യം' എന്ന് കലാനിരൂപകർ വിശേഷിപ്പിക്കുന്ന ഔന്നത്യം പരക്കെ അംഗീക രിക്കപ്പെട്ടിട്ടുള്ളതു തന്നെയാണ്. ദെഗായുടെ ക്യാൻവാസുകൾ എന്നും ദ്രുതചലനത്തിന്റെ താളം തന്നെയാണ് അനുവാചകനിൽ ഉണർത്തുന്നത്.

Musicians in the Orchestra (1872) എന്ന എണ്ണച്ചായാചിത്രം, നൃത്തം ചെയ്യുന്ന ബാലികമാരെയാണ് ചിത്രീകരിക്കുന്നതെങ്കിലും അതി ലേക്കുള്ള നമ്മുടെ കാഴ്ച സംഗീതം പകരുന്നവരുടെ പുറകിലൂടെയാണ്. കറുത്ത കോട്ടണിഞ്ഞ മൂന്ന് പേരുടെ പുറകിൽ നിന്നുമുള്ള ദൃശ്യം പതിവ് രീതികൾ തെറ്റിക്കുന്ന കാഴ്ചാതലം സൃഷ്ടിക്കുന്നുണ്ട്. മ്യൂസിക് കൈകാര്യം ചെയ്യുന്ന 3 പേരുടെ സജീവസാന്നിധ്യത്തോടെ ചിത്രത്തിലെ മുൻനിര പൂർണ്ണമായും ഇരുണ്ട ഒരു തലമായി മാറുന്നുവെങ്കിലും സ്റ്റേജിൽ നർത്തകിമാരിലേക്ക് വിതാനിക്കുന്ന പ്രകാശവും ഗായകരുടെ കോട്ടിനി ടയിലൂടെ കാണുന്ന ഷർട്ടിന്റെ വെണ്മയും നൽകുന്ന കോമ്പോസിഷൻ വളരെ വ്യത്യസ്തമായ ഒന്നാണ്.

The Cotton Market (1873) എന്ന ചിത്രവും ഏറെ ശ്രദ്ധേയമായി ട്ടുള്ളത് തന്നെയാണ്. പരുത്തി വിൽപ്പനശാലയിൽ വിഭിന്ന ജോലിക ളിൽ ഏർപ്പെട്ടിരിക്കുന്നവരുടെ ദൃശ്യമാണ് ഇതിൽ പ്രകടമാക്കുന്നത്. പരു ത്തികൾ നേരെയാക്കിവയ്ക്കുന്നവരും കണക്ക് രേഖപ്പെടുത്തുന്നവരും എല്ലാം ഇതിൽ മുഴുകിയിരിക്കുമ്പോൾ പത്രവായനയിൽ മുഴുകിയിരി ക്കുന്ന മനുഷ്യനെയും ഇതിനൊപ്പം ചേർത്തുവയ്ക്കുന്നുണ്ട്. ലോകപ്ര ശസ്തമായ ഒട്ടേറെ ഗാലറികളിൽ എഡ്ഗർ ദെഗായുടെ ചിത്രങ്ങൾ സ്ഥാനം പിടിച്ചിട്ടുണ്ട്. പതിവ് ചിത്രശീലങ്ങളിൽ നിന്നുള്ള വഴിമാറി നടത്തം കൂടിയാവാം ഇങ്ങനെയുള്ള സ്വീകാര്യത്തിന് കാരണം.

9

ക്ലൗദ് മൊനെ
(1840-1926)

ആയിരത്തി എണ്ണൂറ്റി നാൽപ്പതിൽ പാരീസിൽ ജനിച്ച ക്ലൗദ് മൊനെ (Claude Monet) 86–ാമത്തെ വയസിൽ മരിക്കുന്നതുവരെ, ശാരീരികക്ലേശങ്ങളോ പ്രായമോ വകവയ്ക്കാതെ, ചിത്രരചനയിൽ മുഴുകിയ കലാകാരനാണ്. താൻ ഏർപ്പെട്ടിരിക്കുന്ന മാധ്യമത്തിനായി ജീവിതം സമർപ്പിച്ച ചിത്രകാരനെന്ന് നമുക്ക് അദ്ദേഹത്തെ വിശേഷിപ്പിക്കാം.

ഫ്രാൻസിന്റെ വിവിധ ഭാഗങ്ങളിൽ സഞ്ചരിച്ച് ഇംപ്രഷനിസ്റ്റു രീതിയിലുള്ള ഭൂഭാഗചിത്രരചന നിർവ്വഹിച്ച ക്ലൗദ് മൊനെ 1883–ൽ തന്റെ 43–ാമത്തെ വയസ്സിൽ ഴിവർണ്ണിയിൽ സ്ഥിരതാമസമാക്കുകയായിരുന്നു. വ്യത്യസ്ത ഭൂഭാഗങ്ങളുടെ ഭിന്ന നേരങ്ങളിലുള്ള ദൃശ്യങ്ങൾ രൂപപ്പെടുത്തിയ ക്ലൗദ് മൊനെ ഴിവർണ്ണിയിൽ പുതിയൊരു ഭൂതലത്തെ സൃഷ്ടിക്കുകയായിരുന്നു. പാരീസിൽനിന്നും 65 കിലോമീറ്ററോളം അകലെ കിടക്കുന്ന ഴിവർണ്ണിയിലെ തോടും തൊട്ടുകിടക്കുന്ന കരപ്രദേശവും വിലയ്ക്കു വാങ്ങിയാണ് അദ്ദേഹം പുതിയ സങ്കേതം പണിതത്.

ചിത്രരചനയിൽനിന്നും ഭിന്നമായ ഒരു വിചാരവും മൊനെയെ നയിച്ചിരുന്നില്ല. ജീവിതാന്ത്യംവരെ വരയ്ക്കണമെന്ന ആഗ്രഹം മാത്രം. നേർവേയിലും ലണ്ടനിലും നടത്തിയ സന്ദർശനങ്ങൾ ചെറിയകാലംകൊണ്ട് അവസാനിപ്പിച്ചു മടങ്ങിയെത്തിയ അദ്ദേഹം 1895–ൽ ഴിവർണ്ണിയിലെ സ്റ്റുഡിയോയിൽ ശ്രദ്ധ കേന്ദ്രീകരിക്കുകയായിരുന്നു.

എൺപതാം വയസ്സിൽ തന്റെ വലതുകൈയുടെ വിരലുകൾ പക്ഷാഘാതത്താൽ ചലിക്കാതായപ്പോൾ കൈവിരലിൽ ബ്രഷ് കെട്ടിയിട്ട് 86–ാം വയസ്സിൽ മരിക്കുന്നതുവരെ ചിത്രരചന തുടർന്ന മഹാകലാകാരനാണ് ക്ലൗദ് മൊനെ.

ക്ലൗദ് മൊനെ

ലോകചിത്രകലയിൽ ഇംപ്രഷണിസ്റ്റ് ചിത്രരീതിയുടെ സുസ്ഥാപകരിൽ പ്രധാനിയായാണ് ക്ലൗദ് മൊനെയെ കലാലോകം വിശേഷിപ്പിക്കുന്നത്. പാരീസിൽ ജനിച്ച ക്ലൗദ് മൊനെ, ഫ്രാൻസിന്റെ സമുദ്രതീര പ്രദേശമായ നൊർമാന്തി (Normandy) ഭാഗങ്ങളിൽ സഞ്ചരിച്ച് അവിടെ നിന്നുള്ള കടൽഭാഗ ദൃശ്യങ്ങളും മറ്റ് ഭൂഭാഗങ്ങളും ഏറെ ചിത്രീകരിക്കുകയുണ്ടായി. പ്രകൃതിയുടെ യഥാതഥമായ കാഴ്ചയിൽനിന്നും ഭിന്നമായി പലനേരങ്ങളിലുള്ള പ്രകാശവിതാനങ്ങളെ, ചിത്രകാരന്റെകൂടി മനോധർമ്മമനുസരിച്ച്, പുതിയൊരു കാഴ്ചാതലം ആവിഷ്കരിക്കുന്ന രീതിയിൽ ചിത്രീകരിക്കുകയായിരുന്നു ഇംപ്രഷണിസ്റ്റ് ചിത്രകാരന്മാർ. ഒരു പ്രദേശത്തിന്റെ ചിത്രീകരണത്തിനിടയിൽ അതിന്റെ വിശദാംശങ്ങൾ പരാമർശിക്കാതെ പൊതുവായ അനുഭൂതി പ്രദാനം ചെയ്യുന്ന വിധത്തിൽ ചിത്രങ്ങൾ രൂപപ്പെടുത്തുകയായിരുന്നു അവർ ചെയ്തത്. നിറങ്ങളുടെ കട്ടിത്തേപ്പുകളും ബ്രഷുകളുടെ പരുക്കൻ സ്ട്രോക്കുകളും ഇംപ്രഷണിസ്റ്റ് ചിത്രങ്ങളുടെ വ്യതിരിക്തതയായി.

ഗോതമ്പുവയലുകളും സമുദ്രദൃശ്യങ്ങളും തടാകദൃശ്യങ്ങളും ഏറെ ചെയ്തിട്ടുള്ള മൊനെയുടെ ആദ്യകാല ചിത്രങ്ങൾ ഏറെയും മഞ്ഞുകാല ദൃശ്യങ്ങളായിരുന്നു. *Norway, Snow Effect* (1895), *Snow Effect at Sunset* (1875) , *In the Vicinity of Honfleur* (1867) എന്നീ രചനകൾ പ്രസിദ്ധങ്ങളാണ്. ഭൂഭാഗങ്ങളെയും കെട്ടിടങ്ങളുടെ മേൽക്കൂരകളെയും പുതച്ചുകിടക്കുന്ന മഞ്ഞിൻ ദൃശ്യങ്ങളുടെ നേർത്ത നീലിമയാർന്ന ചിത്രങ്ങൾ ഇംപ്രഷണിസ്റ്റ് ചിത്രരീതിയിലേക്കുള്ള സുപ്രധാന ചുവടുവയ്പായിത്തന്നെയാണ് കലാനിരൂപകർ കാണുന്നത്. തന്റെ മിക്കചിത്രങ്ങളിലും self portrait ഉൾപ്പെടുത്തിയതായി കാണാം. *Claude Monet In His Studio* (1874), *On The Beach* (1863), *View From a Window* തുടങ്ങി എണ്ണിയാലൊടുങ്ങാത്തത്ര ചിത്രങ്ങളിൽ മൊനെ പ്രത്യക്ഷപ്പെടുന്നുണ്ട്. ഭാര്യയോടൊപ്പം കടൽത്തീരത്ത് വിശ്രമിക്കുന്ന ക്ലൗദ് മൊനെയാണ് *On the Beach* എന്ന ചിത്രത്തിന്റെ പ്രമേയം. തിരതല്ലുന്ന കടൽത്തീരവും യാത്രാലക്ഷ്യം പൂർത്തിയാക്കാനിരിക്കുന്ന ബോട്ടുകളും ചിത്രത്തിന് വിദൂരദൃശ്യത്തിന്റെ ചാരുതയായി മാറുന്നുണ്ട്. മുൻനിര ദൃശ്യത്തിൽ, മുഖത്ത് സുതാര്യമായ പ്ലാസ്റ്റിക് പേപ്പർ പൊതിഞ്ഞ് ഏതോ ജോലിയിൽ ഏർപ്പെട്ടിരിക്കുന്ന ഭാര്യയാണ്. ഏറെ പകിട്ടാർന്ന നിറമൊന്നും ഉപയോഗിക്കാതെതന്നെ മുൻനിര ദൃശ്യം ശ്രദ്ധേയമാകുന്നുണ്ട്. വിശേഷിച്ച്, മുഖം പൊതിഞ്ഞ പ്ലാസ്റ്റിക് കടലാസിന്റെ സുതാര്യത എണ്ണച്ഛായാ മാധ്യമത്തിൽ മികച്ചതാക്കാൻ മൊനെക്ക് കഴിയുന്നുണ്ട്. ഏകവർണ്ണ ചിത്രത്തിന്റെ പ്രതീതി മുൻനിര ചിത്രത്തിന് ഉണ്ടെങ്കിലും ആ വിധ കാഴ്ചാനിഗമനങ്ങളെ അട്ടിമറിക്കുന്നത് വിദൂരദൃശ്യങ്ങളിലെ നീല ക്കടലും നീലാകാശവും തന്നെയാണ്.

സമുദ്രദൃശ്യങ്ങളോ തടാകദൃശ്യങ്ങളോ ചിത്രീകരിക്കുമ്പോൾ വസ്തുക്കളുടെ പ്രതിബിംബത്തിനായി കട്ടിത്തേപ്പുകൾ പ്രയോഗിക്കുന്നതായി കാണാം. ഇതിന് സ്യൂറാ (Seurat) എന്ന ചിത്രകാരൻ മിക്ക ചിത്രങ്ങളിലും പ്രയോഗിച്ച Pointelistic രീതിയോട് നേരിയമട്ടിലെങ്കിലും സാദൃശ്യം തോന്നുമെങ്കിലും ഏറെ വ്യത്യാസങ്ങളും കാണാനാവും. സ്യൂറായുടെ ചിത്രത്തിൽ ആകമാനം (മനുഷ്യരൂപരചനയിലടക്കം) ഈ രീതി തുടരുന്നതായി കാണാം. എന്നാൽ മൊനെ സമുദ്രതീരദൃശ്യങ്ങളിലെ പ്രതിബിംബപരിസരങ്ങളിൽ മാത്രം കുറെക്കൂടി bold strocks ഉപയോഗിക്കുകയാണ്.

ഗോതമ്പു വയലുകളുടെ ചിത്രീകരണത്തിൽ പ്രകാശത്തിന്റെ മാന്ത്രികസ്പർശം പ്രകടമാക്കാൻ അദ്ദേഹത്തിനു കഴിഞ്ഞു. കൂനകളായി ഇട്ടിരിക്കുന്ന പുല്ലുകളുടെ ചിത്രങ്ങൾ ഒട്ടേറെ ചെയ്തിട്ടുള്ള മൊനെ, ഇങ്ങനെ പുൽക്കൂനകൾ രൂപംകൊള്ളുന്നതിനു പിന്നിലെ മനുഷ്യാദ്ധ്വാനത്തെത്തന്നെയാണ് ഓർമ്മപ്പെടുത്തുന്നത്. സായാഹ്നത്തിലെ വയലുകളിലെ തിളക്കം വാൻഗോഗ് പെയിന്റിംഗുകളുടെ ഓർമ്മയായി ത്തീരുന്നുണ്ടെങ്കിലും നിറവിതാനത്തിലെ പ്രത്യേകതകൾ ഇരുവരെയും വേർതിരിക്കുന്നുണ്ട്.

Gare Saint-Lazare, 1877

വയലുകളിലെ നീണ്ടനാളത്തെ കഠിനാദ്ധ്വാനത്തെ ഓർമ്മപ്പെടുത്താൻ, പരന്നുകിടക്കുന്ന വയലുകളിൽ ഗോതമ്പു പുല്ലുകളുടെ കൂനകൾ പലയിടങ്ങളിലായി നിറച്ചുവയ്ക്കുകയും മനുഷ്യസാന്നിദ്ധ്യം രേഖപ്പെടുത്താതിരിക്കുകയും ചെയ്യുന്നതിലൂടെ വേഗം കാഴ്ചക്കാരന് ഓർക്കാനാവുന്നത് അദ്ധ്വാനത്തിന്റെ ഉപ്പുരുചി തന്നെയാണ്. *Snow Effect at Sunset* (1875) എന്ന ചിത്രത്തിൽ സായാഹ്നമാവുമ്പോഴും ഉരുകിത്തീരാത്ത മഞ്ഞുകട്ട തന്നെയാണ് ഭൂതലത്തിൽ കാണിച്ചിരിക്കുന്നത്. ഹിമമണിഞ്ഞ ഈ ഭൂപ്രദേശത്തേക്ക് അസ്തമയത്തിന്റെ നേർത്ത മഞ്ഞവെളിച്ചം ഒഴുകിയെത്തുന്നതു കാണാം. തന്റെ ചുറ്റുമുള്ള ഭൂഭാഗത്തിലേക്ക് പലനേരങ്ങളിൽ വെളിച്ചം പകർന്നാടുന്നത് നൂറുകണക്കിന് ചിത്രങ്ങളിൽ ക്ലൗദ്മൊനെ രേഖപ്പെടുത്തിയിട്ടുണ്ട്. എന്നാൽ ഈയൊരു പതിവുകാഴ്ചയിൽനിന്നും ഭിന്നമായ ഭൂതലത്തെ എങ്ങനെ സൃഷ്ടിക്കാനാവുമെന്ന അന്വേഷണമാണ് ഴിവർണ്ണിയിലെ തോടും തോട്ടുകരയും വിലയ്ക്കുവാങ്ങാൻ ക്ലൗദ്മൊനെയെ പ്രേരിപ്പിച്ചത്. തോടിനുകരയിൽ പൂമരങ്ങൾ വളർത്തിയ മൊനെ, പിന്നീട്, പൂമരങ്ങളും അതിന്റെ പ്രതിബിംബങ്ങളും ചേർന്നുള്ള നിരവധി ചിത്രങ്ങൾ വരച്ചിട്ടുണ്ട്. ജലത്തിൽ പൂക്കൾ വളർത്തി, *Water Lillies* സീരീസിൽ ഉൾപ്പെട്ട നൂറുകണക്കിന് ചിത്രങ്ങൾ തന്റെ അവസാന നാളുകളിൽ അദ്ദേഹം വരച്ചു. ജലപൂന്തോട്ടത്തിന്റെ കൂറ്റൻ ചിത്രങ്ങൾ ഫ്രാൻസിലെ Orssay Museum ഉൾപ്പെടെ നിരവധി കേന്ദ്രങ്ങളിൽ പ്രദർശിപ്പിച്ചിട്ടുണ്ട്. ഴിവർണ്ണിയിലെ (Giverney) തോട്ടിൻ കരയിൽ മനോഹരമായ പൂന്തോട്ടം പണിത മൊനെയുടെ പ്രൗഢഗംഭീരമായ സ്റ്റുഡിയോയും അവിടെ പ്രവർത്തിക്കുകയുണ്ടായി. ജാപ്പനീസ് മാതൃകയിലുള്ള പാലം ഴിവർണ്ണിയിലെ തോടിനു കുറുകെയായി പലയിടങ്ങളിൽ കെട്ടിയിട്ടുണ്ട്.

പാരീസിലെ പ്രസിദ്ധമായ ഒർസ്സെ മ്യൂസിയത്തിൽ പ്രദർശിപ്പിച്ചിരിക്കുന്ന *Wild Poppies* എന്ന താരതമ്യേന ചെറിയ ചിത്രം 1874 ൽ നടന്ന ഒന്നാം ഇംപ്രഷണിസ്റ്റ് പ്രദർശനത്തിൽ ഉൾപ്പെടുത്തിയിരുന്നു. ഈ ചിത്രത്തിനകത്ത് പൂക്കാഴ്ചകണ്ട് നടന്നുവരുന്ന മൊനെയുടെ ഭാര്യ കമീലും (camille)മകൻ ഴാനും (Jean) രണ്ടിടങ്ങളിൽ പ്രത്യക്ഷപ്പെടുന്നുണ്ട്. രണ്ട് കുന്നുകളുടെ സംഗമകേന്ദ്രത്തിനടുത്ത് പോപ്പി പൂക്കളുടെ ചുവപ്പ് അത്യാകർഷകമായ പരവതാനിയായി മാറുന്നുണ്ട്. 1865 മുതൽ 1875 വരെയുള്ള കാലയളവിൽ ക്ലൗദ്മൊനെ രൂപപ്പെടുത്തിയ ചിത്രങ്ങളിൽ മേഘാവൃതമോ തെളിഞ്ഞ് പ്രസന്നമോ ആയ ആകാശം വിശാലതലത്തിൽതന്നെ രൂപപ്പെടുത്തിയിട്ടുണ്ട്. ഈയൊരു രീതിതന്നെ Wild Poppies എന്ന ചിത്രത്തിലും കാണാനാവും. എന്നാൽ 1900 നുശേഷം പലപ്പോഴായി ചെയ്തിട്ടുള്ള ജല പൂന്തോട്ട സീരീസിലെ ചിത്രങ്ങൾ ആകാശദൃശ്യങ്ങളോ മറ്റ് വിദൂരകാഴ്ചകളോ ഇല്ലാതെയാണ് ചിത്രണം ചെയ്തിരിക്കുന്നത്. ഇതിനകത്ത് ജല പൂന്തോട്ടങ്ങളെ മാത്രമായി ക്യാൻവാസ് ഉൾക്കൊള്ളുകയായിരുന്നു. ജലപൂന്തോട്ടങ്ങളിൽ മൊനെ

ഏറെയും ഇഷ്ടപ്പെട്ടിരുന്നത് വെളുത്ത പൂക്കളായിരുന്നു. നീലയോ മറ്റ് ആകാശ നിറങ്ങളോ പ്രതിബിംബിക്കുന്ന ജലത്തിൽ വെളുത്ത പൂക്കൾ വിരിഞ്ഞുനിൽക്കുന്നത് അദ്ദേഹം ചിത്രീകരിച്ചു. വിശദാംശങ്ങളൊന്നും കൂടാതെയുള്ള കനത്ത ബ്രഷ്സ്ട്രോക്കുകളിൽ മാസ്മരികതപോലെ പൂക്കൾ വിരിയിക്കുകയായിരുന്നു ക്ലൗദ് മൊനെ.

The Rue Montorgueil Decked with Flags (1878) എന്ന മൊനെയുടെ ശ്രദ്ധേയമായ പെയിന്റിംഗ് Rouen ലെ ഫൈൻ ആർട്സ് മ്യൂസിയത്തിൽ പ്രദർശിപ്പിച്ചിട്ടുണ്ട്. ദേശീയ അവധി ദിനത്തിലെ ആഘോഷം ചിത്രീകരിക്കുകയാണ് ഇതിൽ. നീലയും വെളുപ്പും ചുവപ്പും നിറങ്ങൾ ചേർന്ന ഫ്രഞ്ച് ദേശീയ പതാകകൾ ജനനിബിഡമായ തെരുവിന്റെ ഇരുവശങ്ങളിലുമുള്ള കെട്ടിടങ്ങളിൽനിന്നും ആഹ്ലാദപൂർവ്വം പുറത്തേക്ക് നീട്ടി സന്തോഷം പ്രകടിപ്പിക്കുന്നതാണ് ഇതിൽ ചിത്രീകരിച്ചിരിക്കുന്നത്. ഉയർന്ന കെട്ടിടത്തിൽനിന്നും കീഴോട്ട് നോക്കുമ്പോഴുള്ള ദൃശ്യമായാണ് മൊനെ ഈ ചിത്രം വരച്ചിരിക്കുന്നത്. റോഡിലൂടെ ആഹ്ലാദപൂർവ്വം കൊടികളേന്തി നീങ്ങുന്ന ജനങ്ങളും ചിത്രത്തിലെ ഉണർവ്വായി മാറുന്നുണ്ട്. പതാകകൾ വീശിക്കൊണ്ടുള്ള അഭിവാദനത്തിൽ, ആഘോഷത്തിന്റെ താളംതന്നെ നിറഞ്ഞു നിൽക്കുന്നുണ്ട്. ആഘോഷ പ്രതീതി ചിത്രത്തിന്റെ പൊതുസ്വഭാവമാക്കി മാറ്റാൻ മൊനെക്ക് ഈ ചിത്രത്തിലൂടെ കഴിയുന്നുണ്ട്. 1874 ലെ ഒന്നാം ഇംപ്രഷണിസ്റ്റ് ചിത്രപ്രദർശനത്തിനുശേഷം നാലു വർഷം കൂടി കഴിയുമ്പോഴാണ് ഈ ചിത്രം വരച്ചത് എന്നതിനാൽ ഇംപ്രഷണിസത്തിന്റെ പൊതുമാനം നന്നായി പ്രകടമാവുന്ന ചിത്രമായി ഇതിനെ കണക്കാക്കാം.

Boulevard Des capucines (1873) എന്ന ചിത്രം മഞ്ഞണിഞ്ഞ വഴികളിലൂടെയുള്ള ഒരു ജനതയുടെ ജീവിതയാത്ര ഓർമ്മപ്പെടുത്തുന്നു. കാലം എങ്ങനെ അടയാളപ്പെടുത്താനാവും എന്ന് പരീക്ഷിച്ച, പ്രയോഗിച്ച, ഒട്ടേറെ ചിത്രകാരന്മാർ ലോകമാകെയുണ്ട്. പക്ഷേ കാലം അനുഭവിപ്പിക്കാൻ കാഴ്ചക്കാരനിൽ അനുഭൂതി സൃഷ്ടിക്കാൻ പാകത്തിൽ രചന നിർവ്വഹിച്ചവരിൽ പിക്കാസോ, മൊനെ തുടങ്ങി വിരലിലെണ്ണാവുന്നവരേയുള്ളൂ.

പിക്കാസോയുടെ *The Tragedy* (1903) എന്ന ചിത്രം തണുപ്പിന്റെ ആധിക്യം അനുഭവിപ്പിക്കുന്നതായിരുന്നു. ഇതിനു സമാനമായിത്തന്നെ തണുപ്പും ചൂടും ഒക്കെ അനുഭവിപ്പിക്കാൻപോന്ന നിരവധി ചിത്രങ്ങൾ മൊനെ എന്ന ചിത്രകാരൻ വരച്ചിട്ടുണ്ട്.

അവസാനകാലത്ത് മൊനെയുടെ ചിത്രപരിസരം രൂപപ്പെടുത്തുകയും അദ്ദേഹം ക്യാൻവാസിൽ പകർത്തുകയും ചെയ്ത *ഴിവർണ്ണി* ഫ്രഞ്ച് ഗവണ്മെന്റ് അതേ നിറത്തിലുള്ള പൂക്കളും പൂമരങ്ങളും നിലനിർത്തിക്കൊണ്ടുതന്നെ ഇന്നും സംരക്ഷിക്കുന്നത് ഈ മഹാനായ ചിത്രകാരനോടുള്ള തികഞ്ഞ ആദരവിന്റെ നിദർശനമാണ്.

10

ഹാറി റൂസ്സോ
(1844-1910)

ഫ്രാൻസിൽ 1844–ൽ ഹാറി റൂസ്സോ (Harri Rousseau) ജനിച്ചു. ചിത്രകലയുമായി ബന്ധപ്പെട്ട അടിസ്ഥാന പരിശീലനങ്ങൾ നേടാതെ സ്വപരിശ്രമങ്ങളാൽ ചിത്രകാരനായി തീർന്ന ആളാണ് ഹാറി റൂസ്സോ. തനിക്ക് ചുറ്റുമുള്ള പ്രകൃതിയിൽ നിന്നും ചിത്രവിഷയം രൂപപ്പെടുത്തുന്നതിൽ നിതാന്ത പരിശ്രമം നടത്തുകയായിരുന്നു ഹാറി റൂസ്സോ. വക്കീൽ ഗുമസ്തപ്പണിയിൽനിന്നും തുടങ്ങി കസ്റ്റംസ് ഓഫീസിലെ ജോലിയിലെത്തിച്ചേർന്ന റൂസ്സോ 1885–ൽ ജോലിയിൽനിന്നും ഒഴിവായി മുഴുവൻ സമയ ചിത്രകാരനായി തീരുകയായിരുന്നു.

പ്രകൃതിദൃശ്യങ്ങളും ഇതിനോട് ചേർത്ത് ജന്തുക്കളെയും രചിക്കുന്നതിനു തയ്യാറായ റൂസ്സോവിന്റെ ചിത്രപ്രദർശനം 1885–ൽ പാരീസിൽ നടക്കുകയുണ്ടായി. മരുഭൂമിയെയും വർണ്ണമൃഗങ്ങളെയും പഴവർഗ്ഗങ്ങളെയും സ്വപ്നസമാന ദൃശ്യങ്ങളായി ചിത്രീകരിക്കുകയായിരുന്ന അദ്ദേഹം യഥാതഥശൈലിക്ക് പുതിയ താളാത്മകത്വം നൽകിക്കൊണ്ടാണ് ചിത്രങ്ങൾ അവതരിപ്പിച്ചത്. ചിത്രകലയുടെ അടിസ്ഥാന പാഠങ്ങൾ ഇല്ലായിരുന്നെങ്കിലും അദ്ദേഹം ചിത്രകലാരംഗത്ത് ഒരു അന്വേഷിയെപോലെ എന്നും തന്റെ നിറച്ചേർച്ചകളുമായി സഞ്ചരിച്ചുകൊണ്ടിരുന്നു. ഏറെ പ്രതിരൂപാത്മകശൈലിയിലുള്ള റൂസ്സോയുടെ ചിത്രങ്ങൾ ഒട്ടേറെ വിമർശനങ്ങൾ ഏറ്റുവാങ്ങുകയുണ്ടായി. എന്നാൽ പാബ്ലോ പിക്കാസോ, എഡ്ഗർ ദെഗാ തുടങ്ങിയ ചിത്രകാരന്മാരുടെ പ്രോത്സാഹനംകൂടി ആയതോടെ റൂസ്സോ എല്ലാ അർത്ഥത്തിലും കൂടുതൽ സജീവമാവുകയായിരുന്നു. യഥാതഥ ശൈലിയിൽ ചിത്രം രചിക്കുമ്പോഴും അതിന് റൂസ്സോവിന്റേതായ പ്രത്യേക ധാരണയ്ക്കനുസൃതമായ സൗന്ദര്യം നൽകാനാണ് അദ്ദേഹം ശ്രമിച്ചത്. 1910–ൽ മരിക്കുന്നത് വരെ ഈ നിലയ്ക്കുള്ള ചിത്രങ്ങൾ തന്നെയാണ് അദ്ദേഹത്തിൽനിന്ന് കലാലോകത്തിന് ലഭിച്ചുപോന്നത്.

ഹാറി റൂസ്സോ

പ്രകൃതിയുടെ പശ്ചാത്തലമില്ലാതെ ഒരു ചിത്രവും പഥ്യമല്ലാതിരുന്ന ചിത്രകാരനായിരുന്നു ഹാറി റൂസ്സോ. പച്ചനിറമാർന്ന മരങ്ങൾ, ചെടികൾ, മറ്റ് കുന്നിൻപുറ ദൃശ്യങ്ങൾ ഇവയെല്ലാം ഉചിതമായ രീതിയിൽ കോർത്തിണക്കിയ ചിത്രങ്ങളുമായാണ് റൂസ്സോ തന്റെ കലാപ്രവർത്തനം സമ്പന്നമാക്കിയത്. നീല കലർന്ന പച്ച തന്റെ ചിത്രങ്ങളുടെ പൊതുനിറമായി സ്വീകരിച്ചിരുന്ന റൂസ്സോവിന്റെ പാരീസ് ദൃശ്യങ്ങളും മറ്റ് വനാന്തര ദൃശ്യങ്ങളും യഥാതഥ രീതിയിൽ ഉള്ളതായിരുന്നില്ല. നിഴലും വെളിച്ചവും ചേർന്ന രീതിയിൽ പ്രത്യേക പ്രതിപാദന രീതിയോടെയാണ് ഓരോ ചിത്രവും അദ്ദേഹം ആവിഷ്കരിച്ചത്. ഇരുണ്ട ഭൂതലം, സാധാരണയായി പ്രത്യാശ നഷ്ടപ്പെട്ടതോ വഴി ദൃശ്യമല്ലാത്തതോ ആയ അനുഭൂതിയാണ് സൃഷ്ടിക്കുക. എന്നാൽ തന്റെ ചിത്രങ്ങളിലൂടെ താരതമ്യേന ഇരുണ്ട അന്തരീക്ഷം സൃഷ്ടിച്ച് അവിടെ വഴിതെളിയിക്കാനായി മാനത്ത് ചന്ദ്രപ്രഭ നിറയുന്നത് റൂസ്സോവിന്റെ മിക്കചിത്രങ്ങളുടെയും പ്രത്യേകതയായി കാണാം. ഇതൊരു പ്രകാശ ഗോപുരത്തിന്റെ അവസ്ഥ പ്രാപിക്കുമ്പോൾ കീഴ്തലത്തിലെ ചിത്രത്തിന്റെ അർത്ഥം തന്നെ മാറ്റിമറിക്കപ്പെടുന്നുണ്ട്. *Rendezvour in the Forest* (1889) എന്ന ചിത്രം താരതമ്യേന ഇരുണ്ട വനാന്തരത്തിന്റെ ദൃശ്യമാണ് പ്രകടമാക്കുന്നത്. ഇതിനകത്ത് പ്രണയ ജോഡികളുടെ സല്ലാപം ചിത്രത്തിന്റെ കേന്ദ്രബിന്ദുവായി മാറുന്നുണ്ട്. പൊതുവെ ചെറിയ ഇലകളാൽ സമ്പന്നമായ മരങ്ങൾ ഇടതൂർന്നു വളർന്നു നിൽക്കുന്നിടത്ത് ഏറെ അലങ്കാര പ്രധാനമായ ഒരു ഭൂപരിസരത്തെയാണ് റൂസ്സോ ഈ ചിത്രത്തിലൂടെ അവതരിപ്പിക്കുന്നത്. പ്രണയ ജോഡികളുടെ സല്ലാപത്തിന് പരിസര പ്രൗഢി അകമ്പടിയാവുന്നതു പോലെ ചെടികളിൽ നേർത്ത ഇലകൾ കിളിർത്തത് കാണിക്കുന്നുണ്ട്. അനുരാഗത്തിന്റെ പ്രണയ പരിസരത്തെ ഈ തളിരിലകളുടെ പൊൻതിളക്കം ഓർമ്മപ്പെടുത്തുന്നുണ്ട്. വാഷിംഗ്ടൺ ഡി സിയിലെ നാഷണൽ ഗാലറി ഓഫ് ആർട്സിൽ സ്ഥാനം നേടിയിട്ടുള്ള ഈ ചിത്രം പൊതുവെ ഏകവർണ്ണ സമാനതയുള്ള ഒരു ചിത്രത്തിന്റെ ഗണത്തിൽ ഉൾപ്പെടുന്നുണ്ട്.

A Carnival Evening എന്ന 1886-ൽ ചെയ്ത ചിത്രത്തിലാവട്ടെ മേൽ സൂചിപ്പിച്ചതുപോലെയുള്ള ഏകവർണ്ണ സ്വഭാവം തന്നെയാണുള്ളതെങ്കിലും അതിൽ നിറഞ്ഞു നിൽക്കുന്ന മരങ്ങളെല്ലാം ഇലകൾ കൊഴിഞ്ഞതതായാണ് ചിത്രീകരിച്ചിരിക്കുന്നത്. വിശാലമായ ആകാശത്ത് ചെറിയ തുരുത്തുപോലെ മേഘക്കൂട്ടം പ്രത്യക്ഷമാക്കിയിട്ടുണ്ട്. ഇങ്ങനെ അപൂർവ്വമായുള്ള മേഘ സാന്നിദ്ധ്യമാണ് ചില ചിത്രങ്ങളിൽ അദ്ദേഹം രേഖപ്പെടുത്തിയിട്ടുള്ളത്. ഒരുവശത്ത് പൂർണ്ണചന്ദ്രന്റെ തിളക്കം ദൃശ്യമാകുന്നുണ്ട്. ഇതിൽനിന്നും പ്രകാശം കാർമേഘങ്ങളെയും ഭൂഭാഗത്തെയും പ്രകാശത്തിൽ കുളിപ്പിക്കുന്നു. ഇല പൂർണ്ണമായും കൊഴിഞ്ഞ മരങ്ങളുടെ ദൃശ്യമാണ് ഈ ചിത്രത്തിലൂടെ കാഴ്ച വയ്ക്കുന്നത്. കാലാ

വസ്ഥയുടെ അറിയിപ്പ് കൂടിയായി മാറ്റാൻ ഈ ചിത്രത്തിന് കഴിയുന്നു.

ഭൂഭാഗചിത്രങ്ങൾ രൂപപ്പെടുത്തുമ്പോഴെല്ലാം കൂറ്റൻ ചിത്രത്തിനകത്ത് ഒന്നോ രണ്ടോ ആളുകളുടെ സാന്നിധ്യം മാത്രമായി അനുബന്ധ ചിത്രം മാറുന്നുണ്ട്. ഇങ്ങനെ മാറുന്ന മനുഷ്യരൂപങ്ങളെ അനുബന്ധ ചിത്രങ്ങളായി തന്നെ പരാമർശിക്കാൻ കാരണം ഇത് ഒരു പ്രധാന വിഷയമല്ലാതായിത്തീരുകയും പശ്ചാത്തലപ്രകൃതിക്കു തന്നെ മികച്ച രൂപലാവണ്യം കൈവരുന്നുണ്ട് എന്നതിനാലാണ്. *The Walk in the Forest* (1880) എന്ന ചിത്രത്തിൽ ഒരാളിന്റെ നടത്തവും മേൽ സൂചിപ്പിച്ച മറ്റ് ചിത്രങ്ങളിൽ രണ്ടേ രണ്ട് മനുഷ്യരൂപങ്ങളുടെ സാന്നിദ്ധ്യവും മാത്രമാവുന്നിടത്ത് അത് ഒരു ചുരുങ്ങിയ രൂപത്തിന്റെ തോന്നലല്ല കാഴ്ചക്കാരനിൽ ഉണ്ടാക്കുന്നത്. മരങ്ങൾ നിറഞ്ഞുനിൽക്കുന്ന പ്രകൃതിയിൽ നടക്കുന്ന സ്ത്രീ, എന്തോ മറന്നുപോയ മട്ടിലോ എന്തോവിളികേട്ടതുപോലെയോ തിരിഞ്ഞുനോക്കുമ്പോൾ ചിത്രതലത്തിന്റെ മറുതലയ്ക്കൽ അദൃശ്യമായൊരു സാന്നിദ്ധ്യം ഏതു കാഴ്ചക്കാരനും അറിയാനാവുന്നുണ്ട്. തന്റെ ഇരയെത്തേടി ഓടുന്ന നരിയുടെ ചിത്രം മറ്റൊരു ക്യാൻവാസിൽ ചിത്രീകരിച്ചിട്ടുണ്ട്. യഥാർത്ഥത്തിൽ ഈ ചിത്രത്തിനു മുന്നിൽ നിൽക്കുന്ന ഏതൊരാൾക്കും ഓർമ്മവയ്ക്കുന്നത്, ചിത്രത്തിൽ പരാമർശിച്ചിട്ടില്ലെങ്കിലും പിടിക്കപ്പെടാൻപോകുന്ന ഇരയുടെ രൂപംതന്നെയാണ്. ഇങ്ങനെ ഇല്ലാത്ത ഒന്നിനെ ഉണർത്തിക്കുക എന്ന തന്ത്രം റൂസ്സോ ചില ക്യാൻവാസുകളിൽ പ്രയോഗിക്കുന്നുണ്ട്.

റൂസ്സോയുടെ മിക്ക ക്യാൻവാസുകളിലും ഭൂഭാഗത്തിന് വലിയ പ്രാധാന്യം നൽകിയും വളരെ ചെറിയതും എണ്ണം ഒന്നോ രണ്ടോ മാത്രമാകുന്നതുമായ മനുഷ്യരൂപവുമാണ് (അഥവാ മൃഗങ്ങൾ മാത്രം) ചിത്രീകരിക്കപ്പെടുന്നത്. ചില ചിത്രങ്ങളിലാവട്ടെ ഒന്നോ രണ്ടോ മനുഷ്യരുടെ ചിത്രം പ്രധാനമായി കാണിക്കുകയും ചിത്രപശ്ചാത്തലം വലിയ പ്രാധാന്യമില്ലാത്തമട്ടിൽ പ്രകൃതി രൂപങ്ങളാൽ ചിത്രീകരിക്കുകയുമാണ്.

Myself-Portrait-Landscape (1890) എന്ന ചിത്രത്തിൽ റൂസ്സോ തന്നെ ചിത്രകാരന്റെ വേഷത്തിൽ നിൽക്കുന്നതായാണ് പ്രകടമാക്കുന്നത്. തടാകത്തിന്റെ കരയിൽ നിൽക്കുന്ന റൂസ്സോവിന്റെ കൈയിൽ പാലറ്റും ബ്രഷും കരുതിയിട്ടുണ്ട്. ഒരു ചിത്രത്തിന്റെ തുടക്കത്തിനായുള്ള ഒരുക്കം നടത്തുന്ന റൂസ്സോയെയാണ് ഇതിലൂടെ കാണുന്നത്. പശ്ചാത്തലത്തിലെ ആകാശത്തിൽ ഒറ്റയായ കാർമേഘക്കൂട്ടങ്ങൾ രേഖപ്പെടുത്തിയിട്ടുമുണ്ട്.

ഭൂഭാഗ ചിത്രരചനയിൽ ഹാറി റൂസ്സോ തുടർന്നുവരുന്ന ശീലങ്ങൾ എന്നുപറയുന്നത് പ്രത്യക്ഷ സൗന്ദര്യദായകമായിട്ടുള്ളതാണ്. ഒപ്പം ഇതിലുള്ള രൂപപരമായ താളാത്മകത്വം മറ്റ് ഏത് ചിത്രത്തെക്കാളും പ്രകൃതിയുടെ ചിത്രീകരണത്തിലാവുമ്പോൾ സ്വാഭാവികമായും ഏറെ വിജയിക്കുകയും ചെയ്യുന്നു. ഇരുളും വെളിച്ചവും ചേർന്ന നിറപ്രയോഗരീതിയിൽ വളരെ ചെറിയ ഇലകൾ മുതൽ വലിയ ഇലകളുള്ള മരങ്ങളോ ചെടികളോ ഒക്കെ റൂസ്സോ ചിത്രീകരിക്കുന്നുണ്ട്. ഈ നിലയ്ക്കുള്ള ചില

ചിത്രങ്ങളിലാവട്ടെ പ്രകൃതിയിലെ വിവിധങ്ങളായ ജീവജാലങ്ങളും (അത് പക്ഷികളും മറ്റ് മൃഗങ്ങളും ഒക്കെ) പ്രഥമദൃഷ്ട്യാ ദൃശ്യമാകുന്നതരത്തിലോ സൂക്ഷ്മ വായനയിൽ തിരിച്ചറിയാനാവുന്ന തരത്തിലോ ചിത്രീകരിക്കപ്പെട്ടിട്ടുണ്ട്.

പ്രമുഖ പ്രകൃതി ദൃശ്യചിത്രകാരനായ എഡ്വേർഡ് ഹോപ്പർ (Edward Hopper) തന്റെ ആദ്യകാലചിത്രങ്ങളിൽ പ്രകടിപ്പിച്ചിരുന്നത് പോലെ തന്നെയാണ് ആൾ രൂപങ്ങൾ റൂസ്സോ ചിത്രങ്ങളിലും പ്രകടമാക്കുന്നത്. പിന്നീടാണ് ഹോപ്പർ ആൾക്കൂട്ടങ്ങൾ ചിത്രീകരിക്കുന്നത്. ഇതേപോലെതന്നെ ക്രമേണ റൂസ്സോവിന്റെ ചിത്രങ്ങളിലും ആൾക്കൂട്ടങ്ങൾ പ്രത്യക്ഷപ്പെടുന്നു. പക്ഷേ, ഹോപ്പറിന്റെ ചിത്രങ്ങളിലെ ആൾരൂപങ്ങൾക്ക് ചലനാത്മകത ഉണ്ടായിരുന്നില്ല. അദ്ദേഹം പട്ടാളക്കാരുടെ ചിത്രം വരയ്ക്കുമ്പോൾപോലും തലകുനിഞ്ഞിരിക്കുന്ന ആലസ്യബന്ധിതരായ പട്ടാളക്കാരെയാണ് വരച്ചത്. കുതിരകളുടെ ചിത്രം ഹോപ്പർ വരയുമ്പോഴും അത് ഉണർവ്വ് നഷ്ടപ്പെട്ട കുതിരകളായി മാറുന്നു. എന്നാൽ ഇതിന്റെ വൈപരീത്യ രൂപമാണ് റൂസ്സോവിന് സ്വീകാര്യമായി ഉണ്ടായിരുന്നത്. പ്രകൃതിയുമായി സജീവപ്പെടുന്ന രൂപങ്ങൾ തന്നെ റൂസ്സോ വരച്ചു. കളികളിൽ ഏർപ്പെടുന്നവരോ പ്രകൃതിയുടെ താളത്തിനൊപ്പം സഞ്ചരിക്കുന്നവരോ ഒക്കെ ആയിരുന്നു റൂസ്സോയുടെ ക്യാൻവാസുകളിൽ ഉണ്ടായിരുന്നത്.

ഗിറ്റാർപോലുള്ള ഒരു സംഗീത ഉപകരണത്തിന്റെ സാന്നിദ്ധ്യത്തോടെയുള്ള വിശ്രമംപോലും കെടുത്താനുള്ള ഒരു സിംഹത്തിന്റെ സാന്നിദ്ധ്യമാണ് *The Sleeping Gripsy* (1897) എന്ന ചിത്രത്തിൽ പരാമർശിക്കുന്നത്. മറ്റ് പല ചിത്രങ്ങളിലുമെന്നപോലെ പൂർണ്ണചന്ദ്രന്റെ പ്രഭാപൂർണ്ണതയും സമീപത്ത് നക്ഷത്ര തിളക്കങ്ങളുടെ സുവ്യക്ത സാന്നിദ്ധ്യവും ചിത്രത്തിന്റെ മാറ്റ് വർദ്ധിപ്പിക്കുകതന്നെ ചെയ്യുന്നുണ്ട്. ഒരു ഊന്നുവടിയുടെ സഹായത്തോടെ യാചന നിർവ്വഹിക്കുന്ന മനുഷ്യന്റെ വിശ്രമസ്വൈര്യത്തെപ്പോലും കെടുത്തുന്ന നിലയിൽ എത്തുന്ന സിംഹത്തിന്റെ ജാഗ്രത്തായ നിൽപ്പും അതീവ തീക്ഷ്ണതയും ചിത്രത്തിന്റെ പൊതു കാഴ്ചാബോധത്തെ വല്ലാതെ ആകുലപ്പെടുത്തുന്നുണ്ട്. ഈ ആകുലതകൾക്ക് തെല്ലെങ്കിലും ശമനമുണ്ടാക്കുന്നത് തൊട്ടുമുകളിൽ ആശ്വാസകിരണങ്ങൾ പൊഴിക്കുന്ന ചന്ദ്രബിംബം തന്നെയാണ്. ശൗര്യത്തോടെ ചാടിവീഴേണ്ടുന്ന ഒരു സിംഹത്തിന് എങ്ങനെ സമാധാനപൂർവ്വം, എങ്ങനെ അരികുചേർന്ന് നിൽക്കാനാവുന്നു എന്നത് പുതിയൊരു ജീവശാസ്ത്രത്തിന്റെ മാർഗ്ഗരേഖയായി പരിണമിക്കുന്നു. കിടന്ന് വിശ്രമിക്കുമ്പോഴും കൈയിൽ മുറുകെ പിടിക്കുന്ന ഊന്നുവടി നൽകുന്ന സന്ദേശം ശിഷ്ടകാല ജീവിതത്തിലേക്കുള്ള സാന്ത്വനയാത്രയിലെ അനുകമ്പാർഹമായ സന്ദേശം തന്നെയാണ്. ഇരുണ്ട ഒരു കാല പരിസരത്തിൽ തന്നെ രൂപപ്പെടുത്തിയ ചിത്രം നദീതീര ഭൂപരിസരത്തിന്റെ പരിച്ഛേദം കൂടിയായി മാറുന്നുണ്ട്. ഉപരോധത്തിന്റേയൊ ചെറുത്തുനിൽപ്പിന്റേയൊ മുന്നി

ലാണ് ഏത് ആക്രോശവും അതിന്റെ വർദ്ധിത വീര്യത്തോടെ പ്രകടമാവുക എന്ന സന്ദേശം തന്നെ ഈ ചിത്രം നൽകുന്നുണ്ട്. *War and Peace* എന്ന സീരീസിൽ ഹാറി റൂസ്സോ വരച്ച ചിത്രമാണ് *War* (1894) എന്ന ചിത്രം. പാരീസിലെ ഓർസ്സെ മ്യൂസിയത്തിൽ (Musee d'Orssay) തികഞ്ഞ ആദരവോടെ ഈ ചിത്രം സ്ഥാനംപിടിച്ചിട്ടുണ്ട്.

അധിനിവേശത്തിന്റെ കീഴ്പ്പെടുത്താനുള്ള ത്വരയും ചെറുത്തുനിൽപ്പിന്റെ ധീരസ്വരങ്ങളും ഒന്നിച്ച് വായിച്ചെടുക്കാൻ പറ്റുന്ന ചിത്രമായി *War* മാറുന്നത് അതിന് ഉപയോഗിച്ചിരിക്കുന്ന നിറത്തിന്റെ കൂടി പ്രത്യേകതകൾ കൊണ്ടാണെന്ന് അനുമാനിക്കാം. പിക്കാസോവിന്റെ *ഗുയർണിക്ക* ഏറെ പകിട്ടാർന്ന വർണ്ണ വിതാനത്തോടെയാണ് സമർപ്പിച്ചിരുന്നതെങ്കിൽ *ഗുയർണിക്ക* ഇന്നത്തെപോലെ ചർച്ചചെയ്യാൻ ഇടയാവില്ല എന്ന് വന്നേക്കാം. കാരണം, ഇതിന് വിഷയമാക്കുന്ന സാമൂഹ്യവും രാഷ്ട്രീയവുമായ പശ്ചാത്തലത്തോട് ഇണങ്ങുന്ന നിറം തന്നെയായിരുന്നു പിക്കാസോ തെരഞ്ഞെടുത്തിരുന്നത്. ഇവിടെ റൂസ്സോയുടെ നിറസ്വീകാര്യതയിലും രൂപപരമായ ക്രമീകരണത്തിലും അങ്ങേയറ്റം വിജയിച്ചതായി കാണാം. അദ്ദേഹം മറ്റ് ചിത്രങ്ങളിലെല്ലാം സ്വീകരിച്ച വൃക്ഷചിത്രീകരണത്തിന്റെ രീതി ഭാഗികമായെങ്കിലും ഇവിടെ തുടരുമ്പോഴും, ശിഖകൾ പൊട്ടിവീണതോടെ ഒറ്റപ്പെട്ട കറുത്ത ഇലകൾ മാത്രം അവശേഷിക്കുന്നതായി മാത്രമേ ചിത്രീകരിക്കാനാവുന്നുള്ളൂ. വെട്ടിമാറ്റപ്പെട്ട ശിരസ്സുകളിലും കബന്ധങ്ങളാക്കപ്പെട്ട മനുഷ്യ ശരീരങ്ങളിലും ആർത്തിയോടെ പറന്നുവീണ കഴുകന്മാർ ചോരയുടെ മണം മാറും മുമ്പേ മാംസം കൊത്തിവലിക്കുന്നതും ചിത്രീകരിച്ചിട്ടുണ്ട്. ഒപ്പം അധികാരത്തെ സൂചിപ്പിക്കുന്ന വെളുത്ത കുപ്പായമിട്ട് കറുത്ത കുതിരപ്പുറത്ത് കുതിക്കുന്ന അടിച്ചമർത്തലിന്റെ അധിനിവേശധ്വനി ചിത്രമാകെ നിറയുന്നുണ്ട്. ഈ നിലയ്ക്കുള്ള അടിച്ചമർത്തലും ചെറുത്തുനിൽപ്പും സൃഷ്ടിക്കുന്ന അതിചടുലമായ ചിത്ര സജീവത ഇതിനെ റൂസ്സോവിന്റെ മികച്ച ചിത്രങ്ങളിലൊന്നാക്കി മാറ്റുന്നു. അവസാന ശ്വാസത്തിന് മുമ്പേയും മുഷ്ടിചുരുട്ടിയുയർത്തി സ്വാതന്ത്ര്യത്തിനായുള്ള മുറവിളി ഉയർത്താനാവുന്നത്, എല്ലാ അടിച്ചമർത്തലുകൾക്കും എതിരെയുള്ള പ്രതിഷേധത്തിന്റെ സംഘഗാനമായിതന്നെയാണ്. വലിയ നീലാകാശത്തിൽ കാർമേഘങ്ങൾ ചുവന്നു തുടുത്തതായി പരാമർശിക്കുന്നതും ആശ്വാസത്തിന്റെ പുതിയ ഒരു മഴമേഘം രൂപപ്പെട്ടുകൊണ്ടിരിക്കുന്നു എന്നതിന്റെ സൂചന തന്നെയാണ്.

ഹാരി റൂസോയുടെ അവസാനകാല ചിത്രങ്ങളെല്ലാം സംവദിക്കുന്നത് ചെറുത്തുനിൽപ്പിന്റെ സന്ദേശമാണ്, തന്റെ ചിത്രാവബോധത്തിന്റെ പരിമിതികളെ ധീരമായ സമീപനംകൊണ്ടു മറികടക്കാൻ അദ്ദേഹത്തിനു കഴിയുന്നുണ്ട്.

11

രാജാരവിവർമ്മ

(1848-1906)

ഇന്ത്യൻ ചിത്രകലയ്ക്ക് സമാനതകളില്ലാത്ത സ്ഥാനം നൽകിയ ചിത്രകാരനാണ് രാജാരവിവർമ്മ (Rajaravivarma). തിരുവനന്തപുരം ജില്ലയിലെ കിളിമാനൂരിൽ 1848 ഏപ്രിൽ 29 നാണ് രവിവർമ്മ ജനിച്ചത്. ചിത്രകാരനായ അമ്മാവൻ രാജരാജവർമ്മയിൽ നിന്നും ചിത്രകലയുടെ ബാലപാഠം ശീലിച്ച രവിവർമ്മ, കരിയും ചുണ്ണാമ്പും പെൻസിലുകളും ഒക്കെ ഉപയോഗിച്ചുകൊണ്ടാണ് ചിത്രങ്ങൾക്ക് ആദ്യകാല രൂപം നൽകിയത്. 1868-ൽ തിരുവനന്തപുരം കൊട്ടാരത്തിലെത്തിയ Theadon Jenson എന്ന ഡച്ച് ചിത്രകാരനിൽ നിന്നാണ് ചിത്രകലയിലെ പാശ്ചാത്യ ശൈലിയും എണ്ണച്ഛായാ മാധ്യമത്തിലെ പ്രയോഗരീതികളും വശത്താക്കിയത്.

1873-ൽ ചെന്നൈയിൽ നടന്ന ചിത്രപ്രദർശനത്തിൽ രവിവർമ്മയുടെ പ്രശസ്ത രചനയായ *മുല്ലപ്പൂചൂടിയ നായർ സ്ത്രീ* എന്ന ചിത്രം ഒന്നാം സ്ഥാനം നേടിയതോടെ പ്രശസ്തിയുടെ പടവുകൾ ഒന്നൊന്നായി കയറുകയായിരുന്നു.

ചിത്രകല സാധാരണക്കാർക്ക് കൂടി ആസ്വദിക്കാനുള്ള മാധ്യമമാക്കാൻ സ്വന്തമായി പ്രിന്റിംഗ് പ്രസ്സ് സ്ഥാപിക്കുക കൂടി ചെയ്ത രാജാരവിവർമ്മ 1906 ഒക്ടോബർ 2ന് ലോകത്തോട് വിടപറഞ്ഞു.

രാജാരവിവർമ്മ

ആധുനിക ഇന്ത്യൻ ചിത്രകലയ്ക്ക് വിത്ത് പാകിയ മഹാനുഭവനായ ചിത്രകാരനാണ് രാജാരവിവർമ്മ. രവിവർമ്മ വരച്ചു തുടങ്ങിയ കാലത്തിനു മുമ്പുണ്ടായിരുന്ന പ്രകൃതിദത്ത ചായങ്ങൾ ഉപയോഗിച്ചുള്ള ചിത്രരചനാ പാരമ്പര്യത്തിന് വിരുദ്ധമായി പുതിയ ചായങ്ങളുമായി ക്യാൻവാസുകളെ സമീപിച്ചു. പാശ്ചാത്യ ചിത്രമാധ്യമമായിരുന്ന എണ്ണച്ചായം ഇന്ത്യയിൽ പരിചയപ്പെടുത്തിയത് രവിവർമ്മ ആയിരുന്നു. പാരമ്പര്യത്തെ നിഷേധിക്കുകയും പുതിയ രീതി പ്രചാരത്തിലാക്കുകയും ചെയ്തതോടെ രവിവർമ്മച്ചിത്രങ്ങൾ ഏറെ വിമർശിക്കപ്പെട്ടു. 17-ഉം 18-ഉം നൂറ്റാണ്ടുകളിൽ പാശ്ചാത്യർ തുടർന്നുപോന്ന (രൂപങ്ങളുടെ യഥാതഥ രീതിയിൽ വരയ്ക്കുന്നത്) ശൈലിയിൽ തന്നെ ഫോട്ടോഗ്രാഫിക് രീതിയോടെ പകർപ്പുവര മാത്രമാക്കി മാറ്റുന്നു എന്ന വിമർശനമാണ് പ്രധാനമായും ഏൽക്കേണ്ടിവന്നത്. തന്റെ ചിത്രങ്ങളുടെ പ്രിന്റുകൾ തയ്യാറാക്കി വിതരണം ചെയ്യാൻ അദ്ദേഹം, എല്ലാ എതിർപ്പുകൾക്കിടയിലും ധീരത കാണിച്ചു.

കൊട്ടാര അന്തരീക്ഷത്തിൽ ജനിച്ചു വളർന്ന രവിവർമ്മ സമൂഹത്തിലെ സകലമാന ജനതയുടെയും ജീവിതത്തിന്റെ പരിച്ഛേദം വരച്ചു കാട്ടുന്നതിനു വേണ്ടിയായിരുന്നു പരിശ്രമിച്ചത് എന്ന് അദ്ദേഹത്തിന്റെ ചിത്രങ്ങളിലൂടെ സഞ്ചരിക്കുമ്പോൾ ആർക്കും ബോധ്യമാകും. പരിമിതമായ കലാ പരിശീലനത്തിന്റെ അന്തരീക്ഷത്തിൽനിന്നും കിട്ടാവുന്നത്ര വിഭവങ്ങൾ ശേഖരിച്ച് കലാപരിശീലനം നേടിയ ചിത്രകാരനായിരുന്നു അദ്ദേഹം. പാശ്ചാത്യ ചിത്രരീതികളും വിവിധങ്ങളായ മാധ്യമങ്ങളും അന്യമായിരുന്ന ഇന്ത്യൻ ചിത്രകലാ ലോകത്തിന് ആധുനിക മാധ്യമങ്ങളെല്ലാം പരിചയപ്പെടുത്തിക്കൊടുത്ത ചിത്രകാരൻ കൂടിയായി രവിവർമ്മയെ കലാലോകം പരിഗണിക്കുന്നുണ്ട്.

പാരമ്പര്യമായ ഇന്ത്യൻ ചിത്രരീതി കളമെഴുത്തിന്റെയോ ചുമർചിത്ര രചനയുടെയോ ശൈലിയിലുള്ളതായിരുന്നു. ഈ രീതിയിൽ നിന്നും കുതിച്ചു ചാടാൻ രവിവർമ്മയെ പ്രേരിപ്പിച്ചത് പാശ്ചാത്യകലാലോകം ഉപയോഗിച്ചിരുന്ന എണ്ണച്ചായാ സമ്പ്രദായങ്ങളും അതിന്റെ സാധ്യതകളുടെ തിരിച്ചറിവുമായിരുന്നു. ഹിന്ദുദേവതകൾക്ക് വസ്ത്രം അണിയിച്ചൊരുക്കുകയും പ്രചുരപ്രചാരം നേടിക്കൊടുക്കുകയും ചെയ്തത് രവിവർമ്മയായിരുന്നു. ഒരു ചിത്രത്തിന്റെ കളർകോപ്പിയെടുത്ത് കലണ്ടറാക്കി മാറ്റുക എന്നത് അത്ഭുതകരമായ ദൗത്യമായാണ് ജനം വീക്ഷിച്ചത്. ഇതിനായി സ്വന്തമായി അച്ചടിശാല നടത്തുകയും തന്റെ ചിത്രങ്ങൾ ജനങ്ങൾക്ക് കാണാനുള്ളതാക്കി മാറ്റുകയും ചെയ്തു രവിവർമ്മ. അദ്ദേഹത്തിന്റെ ചിത്രങ്ങളിൽ ഏറെയും സ്ത്രീരൂപങ്ങൾ തന്നെയായിരുന്നു. ഇങ്ങനെ രൂപപ്പെടുത്തുന്ന ചിത്രങ്ങളിൽ മലയാളിത്തം മാത്രമല്ല നിറഞ്ഞിരുന്നത്. ഇന്ത്യയുടെ ഭിന്നദേശങ്ങളിലുള്ള സ്ത്രീ രൂപങ്ങൾ തന്റെ ക്യാൻവാസുകളിൽ രൂപപ്പെടുത്താൻ രവിവർമ്മ ശ്രദ്ധിച്ചിരുന്നു.

സ്ത്രീ രൂപങ്ങൾക്ക് രവിവർമ്മയെപോലെ ഇത്രയേറെ ദൃശ്യപരത നൽകിയ ഏറെ ചിത്രകാരന്മാരെ കണ്ടെത്താനാവില്ല.

അച്ഛൻ അതാവരുന്നു (There comes Pappa, Veena players, Malabar Beauty) തുടങ്ങിയ ചിത്രങ്ങൾ രവിവർമ്മയുടെ ചിത്രങ്ങളിൽ വേറിട്ടു നിൽക്കുന്നത് തന്നെയാണ്. അച്ഛൻ കുടുംബത്തിന്റെ നായക സ്ഥാനത്ത് അവരോധിക്കപ്പെടുന്ന കാലത്ത് അങ്ങനെയൊരു സാന്നിദ്ധ്യ ത്തിന് കാത്തിരിക്കുക എന്നു പറഞ്ഞാൽ സനാഥമാവുക എന്ന നില തന്നെയാണ് കൈവരുന്നത്. അഥവാ മറ്റൊരർത്ഥത്തിൽ പറഞ്ഞാൽ വിശ പ്പിന്റെ ഭാഗം പൂർത്തീകരിക്കുന്നത്, നിത്യവൃത്തി ചെയ്ത വരുമാനമുള്ള അച്ഛന്റെ ആഗമനത്തോടെയാണ്. അത് പുതിയ തലമുറയെ സന്തോഷ പൂർവ്വം അറിയിക്കുക കൂടി ചെയ്യുകയാണ് *There comes pappa* എന്ന ചിത്രത്തിലൂടെ. ഒരു കാലത്തിന്റെ സാമൂഹ്യ വ്യവസ്ഥയുടെ കൈയൊപ്പ് തിരിച്ചറിയാൻ പാകത്തിൽ ചിത്രം രൂപപ്പെടുത്തുക എന്നത് സാമൂഹ്യ മായ വിധേയത്വം കൂടി പുലർത്തുന്ന ചിത്രകാരന്മാർക്ക് മാത്രം സാധ്യ മാവുന്ന ദൗത്യമാണ്. ഈയൊരു ദൗത്യം വിനയപൂർവ്വം നിർവ്വഹിക്കാൻ രാജാരവിവർമ്മ എന്ന ചിത്രകാരന് കഴിയുന്നുണ്ട്.

Veena players എന്ന ചിത്രവും ദുരിതക്കയത്തിന്റെ ആഴം തിരിച്ച റിയുന്ന ഒരു കലാമനസ്സിന്റെ പ്രതികരണമായി അവശേഷിക്കുന്നുണ്ട്. ജീവിതത്തിന്റെ രണ്ടറ്റവും കൂട്ടിമുട്ടിക്കുന്നതിനുള്ള ഭഗീരഥ ശ്രമത്തിന്റെ സൂചകങ്ങളായി *Veena players* എന്നചിത്രം വായിക്കാനാവും. വീണ വായിക്കുന്ന സ്ത്രീരൂപത്തിന് ചേർത്തുവച്ച നിറംപോലും അപ്രസന്ന മായതായിരുന്നു. പ്രാരബ്ധങ്ങളുടെ അകത്തളങ്ങളിൽ നിന്നോ പതിത രുടെ പുറംപോക്കിൽനിന്നോ ഏറ്റുവാങ്ങിയ കറുപ്പ് ആയിരുന്നു സ്ത്രീ രൂപത്തിൽ വിതാനിച്ചത്.

ഇവിടെ സ്വന്തം ശരീരത്തെ സ്വീകരിക്കുകയും, അങ്ങനെ കറു ത്തതും ദൈന്യതയാർന്നതുമായ ഒരാൾരൂപത്തിന്റെ ജീവിതമാർഗ്ഗമായി സംഗീതത്തെ മാറ്റുകയും ചെയ്യുകയാണ് രവിവർമ്മ ഈ ചിത്രത്തിൽ. *Malabar beauty* എന്ന ചിത്രത്തിലും *പാൽക്കാരി* എന്ന ചിത്രത്തിലും ഇതേപോലെതന്നെ പരിഭവങ്ങളുടെ പുറം കാഴ്ചമാത്രമല്ല, സ്ത്രൈണ തയുടെ രണ്ടാംമുഖം കൂടിയാണ് രാജാരവിവർമ്മ കാണിച്ചുതരുന്നത്.

ഹംസ ദമയന്തി, സീതാ സ്വയംവരം, സ്നാനം കഴിഞ്ഞ സ്ത്രീ, സരസ്വതി, നർത്തകി, ഉദയ്പൂർ കൊട്ടാരം, കാദംബരി തുടങ്ങി എണ്ണി യാലൊടുങ്ങാത്തത്ര ചിത്രങ്ങൾ രചിച്ച രാജാരവിവർമ്മയുടെ ചിത്രങ്ങൾ മനുഷ്യകുലത്തിനാകെ ഒരുപോലെ ആസ്വദിക്കാനാവുന്നതായിരുന്നു. ആധുനിക ചിത്രകലയിലെ പൊളിച്ചെഴുത്തിനുമുമ്പേയാണ് രവി വർമ്മച്ചിത്രങ്ങൾ രൂപപ്പെട്ടത്. ഇതുകൊണ്ട് തന്നെ ഇന്ത്യൻ കലാമന സ്സിനെ കീഴ്പ്പെടുത്താനും വലിയ പ്രയാസമുണ്ടായില്ല. പണ്ഡിത പാമര വ്യത്യാസമില്ലാതെ ഒരേപോലെ ആസ്വദിച്ചുപോരാൻ രവിവർമ്മച്ചിത്ര ങ്ങളെ ഇടയാക്കിയത് ദുരൂഹമായ അറിവിന്റെ അസാന്നിദ്ധ്യമാണ്. എല്ലാം

Lady with Veena

നേരായ മട്ടിൽ മാത്രം കണ്ടു പരിചയിച്ച ഒരു തലമുറയ്ക്ക് എളുപ്പം സ്വീകരിക്കാനാവുന്നതായിരുന്നു അദ്ദേഹത്തിന്റെ ചിത്രങ്ങൾ. *പാൽക്കാരി* എന്ന രവിവർമ്മച്ചിത്രം ഗ്രാമീണജീവിതത്തിന്റെ നാൾവഴികളിലൂടെയുള്ള ഓർമ്മയിലേക്ക് കാഴ്ചക്കാരെ കൊണ്ടുപോകാൻ പ്രേരിപ്പിക്കുന്നതാണ്.

ബ്രിട്ടീഷ് ചിത്രകാരന്മാരുടെ ഭൂഭാഗ ചിത്രങ്ങളിലെ നിറവിതാന രീതികളുടെ സാമ്യത രവിവർമ്മയുടെ ചിത്ര പശ്ചാത്തലങ്ങളായി രേഖപ്പെടുത്തുന്നുണ്ട്. ഇതേപോലെ തന്നെയാണ് ഇരുണ്ട നിറങ്ങളുടെ ധാരാളിത്തത്തിൽ നിന്നും മഞ്ഞ കലർന്ന ചുവപ്പിലേക്കും നേർത്ത മഞ്ഞയിലേക്കുമുള്ള ചേർച്ചയെന്ന് മിക്കചിത്രങ്ങളും ഓർമ്മപ്പെടുത്തുന്നുണ്ട്.

ബ്രിട്ടീഷ് ചിത്രകാരന്മാർ പുലർത്തിപ്പോരുന്ന രൂപപരമായ ലാവണ്യാനുഭൂതി തന്നെ പ്രദാനം ചെയ്യാൻ പാകത്തിലുള്ളതായി മാറുന്നുണ്ട് രവിവർമ്മയുടെ ചിത്രങ്ങൾ. ഭൂഭാഗങ്ങളിലെയും മനുഷ്യരൂപങ്ങളിലെയും പ്രകാശവിന്യാസംപോലും ഈയൊരു താദാത്മ്യം വിളിച്ചുപറയുന്നുണ്ട്. മനുഷ്യരൂപ രചനയിൽ രവിവർമ്മ പുലർത്തിയിരുന്ന വൈദഗ്ധ്യം വിദേശങ്ങളിൽ നിന്നുപോലും അദ്ദേഹത്തിനു നിരവധി പുരസ്കാരങ്ങൾ ലഭിക്കാൻ ഇടയാക്കി. അശരണരും ആലംബഹീനരുമായ ജനതയുടെ ജീവിത പ്രാരാബ്ധങ്ങൾ ജീവിതത്തിന്റെ ഒരുപുറമാണെന്ന് തിരിച്ചറിയാൻ രവിവർമ്മ എന്ന ചിത്രകാരന് കഴിഞ്ഞിട്ടുണ്ട്. സമ്പന്നകുല ജാതിയിൽ പിറന്ന് കൊട്ടാര അന്തരീക്ഷത്തിന്റെ മഹിത ജീവിതത്തിൽ ഏറ്റുവാങ്ങിയ ഒരു ചിത്രകാരനിൽനിന്ന് കലാലോകം പ്രതീക്ഷിക്കാവുന്നതിലും കൂടുതൽ രവിവർമ്മ കലാലോകത്തേക്ക് ഇറങ്ങിവന്നു എന്നു വേണം കരുതാൻ.

12

പോൾ ഗൊഗേൻ

(1848-1903)

ചിത്രകലയുടെ ഈറ്റില്ലം എന്നു വിശേഷിപ്പിക്കുന്ന പാരീസിൽ 1848- ൽ ജനിച്ച പോൾ ഗൊഗേൻ (Paul Gauguin) 19-ാം നൂറ്റാണ്ടിന്റെ മികച്ച ചിത്രകാരന്മാരിൽ ഒരാളായി ഗണിക്കപ്പെടുന്നു. നിലവിലുണ്ടായിരുന്ന പല ചിത്രരീതികളിൽനിന്നും തികച്ചും ഭിന്നമായ രചനാസങ്കേതമായിരുന്നു പോൾ ഗൊഗേന്റേത്. യൂറോപ്പിലെ വിവിധ ഭാഗങ്ങളിൽ സഞ്ചരിക്കുകയും അവിടങ്ങളിലെ ജനതയുടെ സംസ്കാരം പഠിച്ചെടുക്കുകയും ചെയ്തതിന്റെ പ്രതിഫലനം അദ്ദേഹത്തിന്റെ ചിത്രങ്ങളിൽ കാണാവുന്നതാണ്.

തഹീതിയൻ ദ്വീപുകളിൽ സഞ്ചരിക്കുകയും അവരുടെ

ജീവിതചിത്രങ്ങൾ അനവധിയായി വരയ്ക്കുകയും ചെയ്തതോടെ തഹീതിയൻ ചിത്രകാരൻ എന്നപേരും പോൾ ഗൊഗേനു ലഭിച്ചു. തഹീതിയരുടെ ശരീരഭാഷയും ഓരോ കാലാവസ്ഥയിലും അവരിലുണ്ടാക്കുന്ന മാറ്റവും മനസ്സിലാക്കാൻ ശ്രമിച്ച അപൂർവ്വം ചിത്രകാരന്മാരിൽ ഒരാളാണ് ഗൊഗേൻ. ഇരുപതാം നൂറ്റാണ്ടിന്റെ ആരംഭദശയിൽ (1903) ലോകത്തോട് വിടപറഞ്ഞ പോൾ ഗൊഗേൻ രൂപപ്പെടുത്തിയ ചിത്രങ്ങളെല്ലാം ജനപക്ഷത്ത് നിന്നുകൊണ്ടുള്ളതായിരുന്നു.

പോൾ ഗൊഗേൻ

പ്രസന്നവർണ്ണങ്ങളോടെയാണ് ഗൊഗേൻ ചിത്രങ്ങൾ ലോകത്തെ സംബോധന ചെയ്യുന്നത്. നിറം തിരഞ്ഞെടുക്കുന്നതിലെ പ്രത്യേകതകളെക്കുറിച്ചുപറയുന്നതിനുമുമ്പായി വിഷയ സ്വീകാര്യതയിൽ പോൾ ഗൊഗേൻ പുലർത്തിയിരുന്ന നിഷ്കർഷകൾ മനസ്സിലാക്കുന്നതു നന്നായിരിക്കും. തഹീതിയൻ ദ്വീപുവാസികളുടെ ചിത്രങ്ങളാണ് പോൾ ഗൊഗേന്റെ രചനാലോകത്ത് നിറഞ്ഞുനിൽക്കുന്നത്. പ്രകൃതിയിലെ ജീവജാലങ്ങളിൽനിന്നും ഭിന്നമായ ഒരു വിഷയവും അദ്ദേഹത്തിനു സ്വീകാര്യമായിരുന്നില്ല മനുഷ്യ സാന്നിദ്ധ്യമോ മറ്റ് ജീവജാലങ്ങളുടെ ചലനാത്മകതയോ പ്രകടമാവുന്നവയാണ് അവന്റെ ചിത്രങ്ങളിൽ മിക്കവയും.

ശാന്ത സമുദ്രത്തിലെ തഹീതി (Tahiti) ദ്വീപ് തന്റെ ചിത്രകലയുടെ ഇഷ്ടവിഷയമായി തിരഞ്ഞെടുക്കുന്നതിനുമുമ്പായിരുന്നു വിൻസെന്റ് വാൻഗോഗിന്റെ മിന്നലാക്രമണത്തിൽനിന്നും അദ്ദേഹം രക്ഷപ്പെട്ടത്. അത്ഭുതകരമായ ഈ രക്ഷപ്പെടലാകാം ഒരുപക്ഷേ, ദ്വീപ് പോലെ ഒറ്റപ്പെട്ട ഒരു കലാമനസ്സു രൂപപ്പെടുത്താൻ പോൾ ഗൊഗേനെ പ്രേരിപ്പിച്ചത് എന്നു കരുതിയാൽ തെറ്റാകില്ല.

ഇംപ്രഷണിസ്റ്റ് ചിത്രങ്ങളുടെ പ്രഥമപ്രദർശനം നടന്നത് 1874-ൽ ആണ്. ഈ പ്രദർശനം കാണാനിടയായത് പോൾഗൊഗേന്റെ ചിത്രജീവിതത്തെ ഒട്ടൊന്നുമല്ല സ്വാധീനിച്ചത്. യഥാർത്ഥത്തിൽ 20 വയസ്സുമുതൽ മാത്രം ചിത്രരചന തുടങ്ങിയ പോൾ ഗൊഗേൻ, ചിത്രകാരനായിത്തീരണമെന്ന ആഗ്രഹത്തിന് ശിലയിട്ടത് 1874 ലെ ഇംപ്രഷണിസ്റ്റ് ചിത്രങ്ങൾ കണ്ടതോടെയായിരുന്നു. Claude Monet, Adward Manet, Camille Pissaro, Pierre Auguste Renoir തുടങ്ങിയ ഇംപ്രഷണിസ്റ്റ് വക്താക്കളുടെ ചിത്രങ്ങൾ പോൾ ഗൊഗേനെ ഏറെ സ്വാധീനിക്കുകയുണ്ടായി.

Manet, Monet, Renoir, Pissero തുടങ്ങിയവരുടെ ചിത്രങ്ങൾ വില കൊടുത്തു വാങ്ങിയും ഇവരുടെ ചിത്രങ്ങളിലൂടെയുള്ള ആഴത്തിലുള്ള പഠനം സാധ്യമാക്കാൻ പോൾ ഗൊഗേൻ ശ്രമിക്കുകയുണ്ടായി. നാവികസേനയിലും ഒടുവിൽ ബാങ്കിലും ജോലി ലഭിച്ചിരുന്ന ഗൊഗേൻ അതെല്ലാം ഉപേക്ഷിച്ച് മുഴുവൻസമയ ചിത്രകാരനാവുകയായിരുന്നു. എന്നാൽ ചിത്രരചനയിൽ മാത്രം മുഴുകി ജീവിതം മുന്നോട്ടുകൊണ്ടുപോകാൻ കഴിയുന്ന നില ഇല്ലാതായപ്പോൾ ദുരിതക്കയം താണ്ടേണ്ടിവരികയുണ്ടായി അദ്ദേഹത്തിന്. ബ്രിട്ടണിൽ നടന്ന ഒരു പ്രദർശനത്തിൽ ഗൊഗേൻ പങ്കാളിയായതോടെ ഇംപ്രഷണിസ്റ്റ് രീതിയോടും ചിത്രകാരന്മാരോടും വേർപിരിഞ്ഞ പോൾ ഗൊഗേൻ, പക്ഷേ തന്റെ തുടർന്നുള്ള ചിത്രങ്ങളിൽ ഇംപ്രഷണിസ്റ്റ് രീതികൂടി ഇഴചേർത്ത് നിർത്തിയതായി കാണാം.

വർണ്ണങ്ങളുടെ ധാരാളിത്തം ഗൊഗേൻ ചിത്രങ്ങളുടെ സവിശേഷതയായിരുന്നു. 18-ാം നൂറ്റാണ്ടിലെ യൂറോപ്യൻ ചിത്രകാരന്മാർ ഇരുണ്ട നിറങ്ങളിലൂടെയുള്ള വിതാനക്രമമാണ് ഭൂഭാഗചിത്രങ്ങൾക്ക് ഉപയോഗിച്ചിരുന്നതെങ്കിൽ പ്രകാശത്തിന്റെ ഭിന്ന രീതിയിലുള്ള സന്നിവേശങ്ങളും

അതിന്റെ ഭാഗമായി കാഴ്ചക്കാരനിലുണ്ടാവുന്ന പൊതു കാഴ്ചാതലത്തി നിണങ്ങിയ നിറച്ചേർച്ചയുമായിരുന്നു 19-ാം നൂറ്റാണ്ടിലെ ഇംപ്രഷനിസ്റ്റു ചിത്രങ്ങളുടെ രീതി. ഇതിലൂടെ വർണ്ണങ്ങളുടെ ധാരാളിത്തവും ക്രമാനു ബദ്ധമായ ചേർച്ചയും ഗൊഗേൻ ചിത്രങ്ങളെ സ്വാധീനിക്കുകയായിരുന്നു.

ഇംപ്രഷണിസ്റ്റ് ചിത്രങ്ങളോട് വിടപറയുമ്പോഴും തഹീതിയൻ ദ്വീപ് നിവാസികളുടെ ചിത്രങ്ങളിൽ ഉൾപ്പെടെ നിറയുന്ന വർണ്ണത്തിന്റെ താളം, ഗൊഗേൻ ചിത്രങ്ങൾക്ക് മാത്രം അവകാശപ്പെടാനാവുന്നതായിരുന്നു. ഏറെ പ്രസന്നമായ മഞ്ഞ തന്നെയായിരുന്നു മിക്ക മനുഷ്യരൂപങ്ങൾക്കും അദ്ദേഹം പരിഗണിച്ചിരുന്നത്. മഞ്ഞയുടെയും ചുവപ്പിന്റെയും ആധിക്യം ഗൊഗേൻ ചിത്രങ്ങളുടെ പ്രത്യേകതയാണ്. പ്രകൃതിയിലെ ഇലയും പൂക്കളും മൃഗങ്ങളും പക്ഷികളും ഒക്കെ മനുഷ്യരൂപ രചനയ്ക്കൊപ്പം ചിട്ടപ്പെടുത്തിയ ചിത്രകാരനായിരുന്നു അദ്ദേഹം. സെൽഫ് പോർട്രെയി റ്റിനകത്തുപോലും ഈ സംവിധാനം ഉപയോഗിച്ചതായി കാണാം. നാഗ രിക ജീവിതത്തിന്റെ പരിഷ്കാരങ്ങൾ എടുത്തണിയാതെപോയ ഒരു ജന തയുടെ ജീവിതക്രമത്തെ തന്റെ ജീവിതാനുഭവങ്ങളുടെ വെളിച്ചത്തിൽ ചിത്രീകരിക്കാനാണ് അദ്ദേഹം ശ്രമിച്ചത്.

തഹീതിയൻ ജനങ്ങളുടെ ആഹ്ലാദം ദ്വീപിലെ ഭൂവിഭവങ്ങളുടെ നിറ വിൽ ആവിഷ്കരിക്കുക യാണ് ഗൊഗേൻ ചെയ്തത്. പൂക്കളുടെ ഇതളുകളും ഇലകളും മനുഷ്യരൂപ ചിത്രത്തിന്റെ പശ്ചാത്തല ത്തിൽ വിതാനിക്കുകയാണ് ഗൊഗേൻ. സജീവസാന്നിദ്ധ്യമായി പക്ഷികളോ മൃഗങ്ങളോ ഒക്കെ ക്യാൻ വാസിൽ അദ്ദേഹം നിറയ്ക്കുന്നുമുണ്ട്. *Tahitian Girls with a Flower* (1891) എന്ന പേരിൽ തന്നെ ഒരു ശ്രദ്ധേയ ചിത്രം അദ്ദേഹത്തിന്റേതായി ഉണ്ട്. *The Yellow Christ* (1889) എന്ന പെയിന്റിംഗ് എല്ലാ അർത്ഥത്തിലും മഞ്ഞനിറം നിറയുന്ന ചിത്രമാണ്. ക്രൂശിക്കപ്പെട്ട ക്രിസ്തുവിന്റെ ചിത്രത്തിന്റെ പശ്ചാത്തലം നൽകുന്ന താളം

Be in love, you will be happy, 1889

ഗ്രാമീണ ജീവിതത്തിന്റേതാണ്. ചിത്രപശ്ചാത്തലത്തിന് പ്രൗഢി നൽകും വിധം ചുവന്ന പൂമരങ്ങൾ കുറെയെണ്ണം ചിത്രത്തിൽ ക്രമപ്പെടുത്തിയിട്ടുമുണ്ട്. ക്രിസ്തുവിനരികിൽ തന്നെയായി വിഷണ്ണരായി ഇരിക്കുന്ന തൊഴിലാളി സ്ത്രീകളുടെ രൂപങ്ങളും ഗൊഗേൻ വരച്ചിട്ടുണ്ട്.

Two Tahitian Woman on a Beach (1891) എന്ന ചിത്രത്തിന്റെ പ്രത്യേകത അതിലെ സ്ത്രീരൂപങ്ങൾക്കു നൽകിയിട്ടുള്ള ചുവപ്പുനിറമാണ്. ഒരാളുടെ ചെവിക്കിടയിൽ ഒരു പൂവിന് ഇടം നൽകിയിട്ടുണ്ട്. ഒപ്പം, ധരിച്ചിരിക്കുന്ന ഉടുപ്പ് പൂക്കളുടെ ചിത്രമുള്ളതാക്കി മാറ്റുന്നതിനും ഗൊഗേൻ ശ്രദ്ധിച്ചതായി കാണാം. ന്യൂയോർക്കിലെ Metropolitan Museum of Art ൽ പ്രദർശിപ്പിച്ചിരിക്കുന്ന *Breasts and Red Flowers* (1899) അർദ്ധനഗ്നരായി നിൽക്കുന്ന രണ്ട് യുവതികളുടെ ചിത്രമാണ്. ഒരാൾ പാത്രത്തിലും മറ്റേയാൾ കൈയിലുമായാണ് പൂക്കൾ കരുതിയിരിക്കുന്നത്. പൂപ്പാത്രത്തിലെ ചുവന്ന പൂക്കളുടെ ചുവപ്പ് മാറിടത്തേയും ചുവപ്പിക്കുന്നതായി ചിത്രം പറയുന്നു. പൂക്കൾ ആഹ്ലാദത്തിന്റെ സൂചകങ്ങളാണ്. പക്ഷേ, പൂക്കളേന്തി നടക്കുമ്പോഴും ആഹ്ലാദം വിളയുന്ന ഒരു മുഖഭാവം ചിത്രത്തിലൂടെ വായിക്കാനാവുന്നില്ല. ഇത് ഈ ഒരു ചിത്രത്തിന്റെ മാത്രം പ്രത്യേകതയല്ല. ഗൊഗേൻ ചിത്രങ്ങളുടെ പൊതുരീതി എന്നുപറയുന്നതാവും ശരി. മ്ലാനമായ മുഖരൂപങ്ങളായിരുന്നു ഗൊഗേൻ ചിത്രങ്ങളുടെ പ്രത്യേകത.

ഗൊഗേന്റെ ചിത്രങ്ങളിൽ ഏറ്റവും വലിയ ചിത്രമായി വിശേഷിപ്പിക്കുന്നത് 1897 ൽ വരച്ച *Where do we come from? what are we? Where are we going to?* എന്ന ചിത്രമാണ്. Boston ലെ Museum of Fine Arts ൽ സൂക്ഷിച്ചിരിക്കുന്ന ഈ ചിത്രത്തിൽ ദ്വീപ് സമൂഹത്തിലെ ജനതയുടെ ജീവിതപരിമിതി ഉണ്ടെങ്കിലും ആഹ്ലാദത്തിനുള്ള ഏറെ സാധ്യതകളും ഉണ്ടായിരുന്നു. പൂച്ചയും നായയും അരയന്നവും ഒക്കെയായി അഭിരമിക്കാനാവുന്ന പരിസരത്തിൽ, കൈയെത്തി പിടിക്കാനാവുന്ന അകലെമാത്രം പഴവർഗ്ഗങ്ങൾ തൂങ്ങി നിൽക്കുന്നുമുണ്ട്. ഭിന്നരീതിയിൽ വിശ്രമം അനുഭവിക്കുന്ന ജനങ്ങൾ എല്ലാ പശ്ചാത്തലങ്ങളും ഉണ്ടായിട്ടും ദുഃഖം കനംതൂങ്ങി നിൽക്കുന്നവരായി മാറുകയാണ്. 49–ാമത്തെ വയസ്സിൽ വിഷംകഴിച്ച് മരിക്കാൻ ശ്രമിച്ചെങ്കിലും രക്ഷപ്പെട്ട ഗൊഗേൻ, ഫ്രഞ്ച് കോളനിഭരണത്തിനെതിരായ വികാരം ദ്വീപ് സമൂഹത്തിൽ വളർത്തിയെടുക്കാൻ ശ്രമിക്കുന്നു എന്ന കുറ്റം ചുമത്തി 1903–ൽ അറസ്റ്റു ചെയ്യപ്പെടുകയും 55–ാമത്തെ വയസ്സിൽ മരണപ്പെടുകയും ചെയ്തു.

കോളനിവാഴ്ചയ്ക്കിടയിൽ ജീവിതം മുന്നോട്ടുകൊണ്ടുപോകുന്ന ദ്വീപ് ജനതയുടെ ആചാരാനുഷ്ഠാനങ്ങളും വിശ്വാസപ്രമാണങ്ങളും തന്റെ കലാമാധ്യമത്തിലൂടെ വെളിച്ചത്തുകൊണ്ടുവരാൻ പോൾ ഗൊഗേനു കഴിഞ്ഞു.

13

വിൻസെന്റ് വാൻഗോഗ്

(1853- 1890)

ആയിരത്തിഎണ്ണൂറ്റിഅമ്പത്തിമൂന്ന് മാർച്ച് 30-ന് നെതർലാന്റ്സിലെ ഗ്രൂട്ട് സൺഡർട്ടിൽ ഒരു പള്ളിയിലെ പാസ്റ്ററുടെ മൂത്ത മകനായി വിൻസെന്റ് വാൻഗോഗ് (Vincent Vangogh) ജനിച്ചു. സെവൻബെർഗാനിലെ ബോർഡിംഗ് സ്കൂളിലും ടിൽബാർഗിലെ കിംഗ് വിൽഹെം സ്കൂളിലുമായി പതിനഞ്ച് വയസ്സുവരെ വിദ്യാഭ്യാസം ചെയ്യാനേ വാൻഗോഗിന് അവസരം ഉണ്ടായിരുന്നുള്ളൂ. പെയിന്റിംഗുകളും ശില്പങ്ങളും ഉൾപ്പെടെയുള്ള കലാവസ്തുക്കൾ വിപണനം ചെയ്യുന്നവരായിരുന്നു വാൻഗോഗിന്റെ പല ബന്ധുക്കളും. ഈ നിലയ്ക്കുള്ള പശ്ചാത്തലംകൊണ്ട് കൂടിയാവാം കലാവസ്തുവിൽപ്പന നടത്തുന്ന ഒരു സ്ഥാപനത്തിൽ വാൻഗോഗിനു ജോലി കിട്ടി. 1873-ൽ പ്രസ്തുത കമ്പനിയുടെ ലണ്ടൻ ശാഖയിലേക്ക് സ്ഥലം മാറ്റം സ്വീകരിക്കേണ്ടി വന്ന വാൻഗോഗിന് ഇത് ഒരർത്ഥത്തിൽ അനുഗ്രഹമായി മാറുകയായിരുന്നു.ലണ്ടനിലെ ചിത്രശാലകളും മ്യൂസിയങ്ങളും കാണാൻ ഈ അവസരം വാൻഗോഗ് ഉപയോഗിച്ചു. രണ്ട് വർഷത്തിനു ശേഷം പാരീസിലേക്ക് സ്ഥലംമാറ്റം കിട്ടിയെങ്കിലും 1876-ൽ ജോലി രാജിവച്ച് ലണ്ടനിലേക്ക് മടങ്ങുകയായിരുന്നു അദ്ദേഹം.

1880 മുതൽ ബൽജിയത്തിൽ നിന്നും ചിത്രകല അഭ്യസിച്ച വാൻഗോഗ് 1882 മുതൽ എണ്ണച്ചായാചിത്ര രചനയുടെ പരിശീലനം തുടങ്ങി. *ഉരുളക്കിഴങ്ങ് തിന്നുന്നവർ* എന്ന പ്രസിദ്ധമായ ചിത്രം 1885-ൽ വരയ്ക്കുകയുണ്ടായി.

ജീവിതത്തിൽ പല ഘട്ടങ്ങളിലായി മാനസികസംഘർഷം അനുഭവിക്കേണ്ടിവന്ന വാൻഗോഗ് 1888-ൽ ചിത്രകാരനും അടുത്ത സുഹൃത്തുമായ പോൾ ഗൊഗേനെതിരെ ആക്രമണത്തിനു മുതിരുകയുണ്ടായി. ഗൊഗേൻ രക്ഷപ്പെട്ടെങ്കിലും വാൻഗോഗ് തന്റെ ചെവി മുറിച്ച് ഒരു ഗണികയ്ക്ക് സമ്മാനിക്കുകയായിരുന്നു.

1890 ജൂൺ 27-ന് തന്റെ തന്നെ റിവോൾവർ ആത്മഹത്യക്കു കാരണമാവുകയായിരുന്നു. രണ്ടുദിവസംകൂടി കഴിഞ്ഞാണ് ജൂൺ 29-ന് വാൻഗോഗ് ജീവിതത്തോട് വിടപറയുന്നത്.

വിൻസെന്റ് വാൻഗോഗ്

താൻ പ്രതിനിധീകരിക്കുന്ന സമൂഹത്തിൽ ദുരിതത്തിന്റെയും പരിഭവങ്ങളുടെയും കണ്ണീർ രുചി തിരിച്ചറിയാനായ ചിത്രകാരനായിരുന്നു ലോകം എക്കാലവും ആദരിക്കുന്ന വിൻസെന്റ് വാൻഗോഗ് എന്ന ചിത്രകാരൻ. പഠിപ്പിലെ മിടുക്കില്ലായ്മ, ദൈവശാസ്ത്രം പഠിക്കാനുള്ള തന്റെ ആഗ്രഹം പൂർത്തീകരിക്കപ്പെടാതെ പോവാൻ ഇടയാക്കി. കുട്ടിക്കാലത്ത് തന്നെ സമ്പന്നമായ ഒരു കലാമനസ്സും നിസ്സ്വവർഗ്ഗത്തോടുള്ള അടങ്ങാത്ത ആഭിമുഖ്യവും ഉണ്ടായിരുന്ന വാൻഗോഗിന് എങ്ങനെ പഠിപ്പിൽ മിടുക്കനാകാനാകും? ജീവിച്ചിരിക്കുന്ന കാലം ഹ്രസ്വമായിരുന്നെങ്കിലും ഇക്കാലമത്രയും പതിതജനതയോടൊപ്പം കഴിയാനും അവരുടെ ജീവിതക്രമം തിരിച്ചറിയാനും തയ്യാറാവുകയായിരുന്നു അദ്ദേഹം.

ഖനിത്തൊഴിലാളികളുടെ ഇടയിലേക്ക് സഞ്ചരിക്കാനും അവരുടെ ജീവിതം തന്റെ ക്യാൻവാസിലേക്ക് പകർത്താനും വാൻഗോഗ് തയ്യാറായി. മിയ്യെ (Millet) എന്ന ചിത്രകാരനും ഖനിത്തൊഴിലാളികളുടെയും ഗോതമ്പ് പാടത്തെ തൊഴിലാളികളുടെയും ജീവിതത്തെ ആസ്പദമാക്കി ഒട്ടേറെ ചിത്രങ്ങൾ രചിച്ചിരുന്നതായി കലാചരിത്രം സാക്ഷ്യപ്പെടുത്തുന്നുണ്ട്. എന്നാൽ മിയ്യെയുടെ ചിത്രങ്ങളിൽ നിന്നും തികച്ചും വ്യത്യസ്തമായിരുന്നു വാൻഗോഗിന്റെ രചനാരീതി. ഏകവർണ്ണ സ്വഭാവത്തിലാണ് മിയ്യെ ഏറെ ചിത്രങ്ങളും സൃഷ്ടിച്ചിരുന്നത്. ഇതാണെങ്കിൽ ചുവപ്പിന്റെ ആധിക്യം കലർന്ന ബ്രൗൺ നിറത്തിലുള്ളതായിരുന്നു. ചോരനീരാക്കി പണിയെടുക്കുന്നിടത്ത് നഷ്ടമാവുന്ന ചോരച്ചുവപ്പ് തന്നെ മിയ്യെക്ക് പഥ്യമാവുന്നു. എന്നാൽ വാൻഗോഗ് വയൽദൃശ്യങ്ങളും ഖനിദൃശ്യങ്ങളും ആസ്പദമാക്കിതന്നെ ഒട്ടേറെ ചിത്രങ്ങൾ ചെയ്തതായി കാണാം. ഈ നിലയിലുള്ള പ്രസിദ്ധമായ രചനകളിൽ ഒന്നാണ് പുൽക്കൂനയ്ക്കരികിൽ വിശ്രമിക്കുന്ന കർഷക ദമ്പതികളുടെ ചിത്രം. കാർഷികവൃത്തിക്കിടയിലെ കാഠിന്യം നേരിട്ട് ചിത്രീകരിക്കുന്നതിനുപകരം, ഈ ജോലിക്കുശേഷമുള്ള ഗാഢ വിശ്രമം ചിത്രീകരിക്കുന്നതിലൂടെ ഓരോ കാഴ്ചക്കാരനെയും ഓർമ്മപ്പെടുത്തുന്നത് കർഷകദമ്പതികളുടെ വിശ്രമജീവിതത്തെയല്ല, മറിച്ച് ഇങ്ങനെയൊരു വിശ്രമത്തിലേക്ക് എത്തിച്ച ജോലിയുടെ കഠിനത തന്നെയാണ്. ചിത്രം രൂപപ്പെടുത്തുന്ന തലത്തിൽ പ്രത്യക്ഷപ്പെടാത്ത ഒരു വിഷയത്തെ എങ്ങനെ ഓർമ്മപ്പെടുത്താനാവും എന്ന അന്വേഷണം വാൻഗോഗിന്റെ പല ചിത്രങ്ങളിലും കാണാവുന്നതാണ്.

സൂര്യകാന്തിപ്പൂക്കളുടെ ചിത്രം ഇക്കൂട്ടത്തിൽ എടുത്തുപറയേണ്ടത് തന്നെയാണ്. മേശമേൽ അലങ്കാരത്തിനായുള്ള പൂപ്പാത്രത്തിൽ ഒരുക്കി വയ്ക്കുന്ന പൂക്കളുടെ നിറംപോലും സമ്പന്നതയുടെതായി പ്രകടിപ്പിക്കാനുള്ള നിറതിരഞ്ഞെടുപ്പാണ് വാൻഗോഗ് നടത്തുന്നത്. എന്നാൽ ഇങ്ങനെയൊരു സമ്പന്നമായ മഞ്ഞപ്പൂക്കളുടെ കേവലമായ സൗന്ദര്യാസ്വാദ്യതയ്ക്ക് അപ്പുറം, ഇത്തരം പൂക്കൾ വിളയിക്കുന്ന കർഷകന്റെ പങ്ക്

ഒട്ടും ചെറുതല്ലാതെ ഓർമ്മപ്പെടുത്തുകകൂടിയാണ് ഈ ചിത്രത്തിലൂടെ വാൻഗോഗ് ചെയ്യുന്നത്.

1889–ൽ ചെയ്ത *Stary night* എന്ന ചിത്രത്തിൽ തന്റെ എല്ലാ ചിത്രത്തിലുമെന്നപോലെ നിറങ്ങളുടെ കട്ടിത്തേപ്പുകളുടെ വിതാനം തന്നെയാണ്. എന്നാൽ ഇതിലൂടെ പ്രദാനംചെയ്യുന്ന ചലനാത്മകത തന്നെയാണ് കാഴ്ചക്കാരന്റെ മനസ്സിന് ചടുലത സമ്മാനിക്കുന്നത്. *Stary night* ഓർമ്മപ്പെടുത്തുന്നതും ഒരർത്ഥത്തിൽ നിശ്ചലമായ ഒരു ലോകത്തിന്റെയോ ചടുലമല്ലാത്ത ജീവിതക്രമത്തിന്റെയോ താളത്തെ കൂടിയാണ്. നക്ഷത്രഗോളങ്ങളുടെ പ്രകാശമാനമായ അവസ്ഥയും അതിന്റെ ഇരുണ്ട ആകാശ പശ്ചാത്തലവും കീഴെ ഗോപുരാകൃത കെട്ടിടങ്ങൾ ഉൾപ്പെടുന്ന ഇരുണ്ട നഗര ദൃശ്യവും *Stary night* നെ ഉജ്ജ്വലമാക്കുന്നുണ്ട്. ഇതോടൊപ്പം എണ്ണച്ചായത്തിന്റെ പരുക്കൻ ഉപയോഗരീതി കൂടിയാവുമ്പോൾ ചിത്രം സമാനതകളില്ലാതാവുന്നു. *സൂര്യകാന്തികളുടെ* ചിത്രം രചിക്കുമ്പോഴും പരുക്കൻ തേപ്പുകളിൽ വാൻഗോഗ് ശ്രദ്ധിക്കുന്നത്, സൂര്യകാന്തിപ്പൂക്കളുടെ തിങ്ങി നിൽക്കുന്ന അടരുകൾ അതേ പ്രതീതി ജനിപ്പിക്കാൻ പാകത്തിൽ എങ്ങനെ സമർപ്പിക്കാം എന്നാണ്.

1874–ൽ ഇംപ്രഷനിസത്തിന്റെ ആദ്യ പ്രദർശനകാലത്ത് പാരീസ് സന്ദർശിക്കാനിടയായ വാൻഗോഗിൽ ഈ പ്രദർശനത്തിലെ ചിത്രങ്ങളും കലാചിന്തകളും ഏറെ സ്വാധീനം ചെലുത്തിയിരുന്നു. പിന്നീട് വാൻഗോഗ് രൂപപ്പെടുത്തിയ ഒട്ടേറെ ചിത്രങ്ങളിൽ ഇംപ്രഷനിസ്റ്റ് ചിത്രങ്ങളുടെ സാദൃശ്യതകളോ സ്വാധീനമോ കാണാവുന്നതായിരുന്നു. 1888–ൽ ചെയ്ത *Cafe Terrace at Night* എന്ന ചിത്രം ഇതിന് പ്രധാന ഉദാഹരണമായി ചൂണ്ടിക്കാണിക്കാനാവും. 1889–ൽ ജലച്ചായത്തിൽ വരച്ച *Hospital Garden* എന്ന ചിത്രത്തിലും ഇതിന് സമാനമായ സ്വഭാവം കാണാവുന്നതാണ്.

അൽബ്രേഴ് ദുരെ തന്റെ മാനസിക സംഘർഷകാലങ്ങളിൽ ചിത്രീകരിച്ച ചിത്രങ്ങളിൽനിന്ന് തികച്ചും ഭിന്നമായ ഒരു തലം തന്നെയാണ് വാൻഗോഗ് സൃഷ്ടിച്ചത്. വാൻഗോഗ് തന്റെ ക്യാൻവാസുകളിൽ ഇംപ്രഷനിസത്തിന്റെ ശൈലീപരമായ മേന്മ എടുത്തുപയോഗിക്കുകയായിരുന്നു. ഇതേസമയം നിറ ക്രമീകരണത്തിലും വിതാനത്തിലും ഏറെ പരുക്കനായതും താളാത്മകത്വം പ്രദാനംചെയ്യുന്നതുമായ രീതിയാണ് അവലംബിച്ചതായി അറിയുന്നത്.

ജീവിതത്തിൽ ആകമാനം ആകുലതകൾ കെട്ടിയാടേണ്ടിവരുമ്പോഴും ക്യാൻവാസിൽ വാൻഗോഗിന് സ്വീകാര്യമാവുന്നത് പ്രസന്ന വർണ്ണങ്ങൾ തന്നെയായിരുന്നു. മിക്ക ക്യാൻവാസുകളിലും മഞ്ഞനിറത്തിന്റെ ആധിക്യം നിറഞ്ഞു തുളുമ്പുന്നുണ്ടായിരുന്നു. സൂര്യകാന്തികളുടെ നിറവും ഗോതമ്പുവയലുകളുടെ മഞ്ഞപ്പരപ്പും അനിവാര്യതയോടെ ഉപയോഗിക്കേണ്ടിവന്നത് മാറ്റിനിർത്തിയാലും ആർലേ (Arles)ക്ക് സമീപമുള്ള പാലത്തിന്റെ ചിത്രമായാലും മറ്റ് കെട്ടിട ദൃശ്യചിത്രങ്ങളിലും വീടുകളുടെ അകത്തള ചിത്രീകരണങ്ങളിലും മഞ്ഞയുടെ സാന്നിദ്ധ്യം

ഉറപ്പാക്കാൻ വാൻഗോഗ് ശ്രദ്ധിച്ചതായി കാണാനാവും. അകാലത്തിൽ ജീവിതം അവസാനിപ്പിക്കുമ്പോഴും പ്രത്യാശാഭരിതമായ ഒരു ജീവിതം അദ്ദേഹം കാത്തിരുന്നു എന്നുവേണം കരുതാൻ.

എല്ലാറ്റിനെയും നിരാകരിക്കുന്നതോ നിഷേധാത്മക നിലപാട് സ്വീകരിക്കുന്നതോ ആയ ഒരു രൂപകവും ചിത്രത്തിലൂടെ പ്രതിഫലിപ്പിക്കാൻ തയ്യാറായിരുന്നില്ല എന്ന് മാത്രവുമല്ല കിടപ്പുമുറിയുടെ ചിത്രീകരണത്തിനിടയിൽ നിലത്തിന് നൽകുന്ന നിറംപോലും പച്ചയുടെ ആധിക്യത്തോടെയുള്ളതാണ്. പ്രത്യാശയുടെ പച്ചപ്പ് പല ചിത്രങ്ങളിലും പ്രകടമാവുന്നുണ്ടുതാനും.

തന്റെ ഇളയ സഹോദരൻ തിയൊ ആയിരുന്നു കലായാത്രയിലെ തന്റെ പ്രധാന താങ്ങ്. തിയൊവിന്റെ സഹായത്താലാണ് 1880-ൽ ബെൽജിയത്തിൽ ചിത്രകല പരിശീലിക്കാനായി പോയത്. കലാജീവിതത്തിലെ എല്ലാ പരാജയങ്ങളുടെയും രുചി അനുഭവിച്ചുകൊണ്ട് കൂടെ നിൽക്കാനുണ്ടായിരുന്നത് തിയൊ ആയിരുന്നു. സഹോദരനും സുഹൃത്തും വഴികാട്ടിയും അഭ്യുദയകാംക്ഷിയും എല്ലാം ആയിരുന്ന തിയൊവിന് വാൻഗോഗ് തന്റെ കലാവഴികളിലെ അഭിപ്രായങ്ങളെല്ലാം പങ്കുവച്ചുകൊണ്ട് ഒട്ടേറെ കത്തുകൾ എഴുതിയിരുന്നു. ഈ കത്തുകളിലൂടെയാണ് വാൻഗോഗിന്റെ കലാദർശനം തിരിച്ചറിയാനാവുന്നത്.

കലഹപ്രിയമായ മനസ്സ് എന്നും കൊണ്ടുനടന്നിരുന്ന വാൻഗോഗ് തന്റെ പ്രക്ഷുബ്ധമായ ചിന്തകൾ തിയൊക്കെതിരെയും തിരിച്ചുവിട്ടു. സൂര്യനും വെയിലും പ്രിയപ്പെട്ടതായി കരുതിയ വാൻഗോഗ് തണുപ്പിനെ എന്തെന്നില്ലാതെ വെറുത്തുപോന്നു. 1890-ൽ ചെയ്ത *Self portrait* അദ്ദേഹത്തിന്റെ അവസാനകാല ചിത്രങ്ങളിലൊന്നായി പരിഗണിക്കാവുന്നതാണ്. ഈ ചിത്രത്തിൽ താൻ അഭിമുഖീകരിക്കുന്ന മാനസിക സംഘർഷങ്ങളെ വലിയ പ്രയാസം കൂടാതെ തിരിച്ചറിയാനാവുന്നുണ്ട്. അഥവാ സംഘർഷഭരിതമായ ഒരു മനസ്സ് ഈ ചിത്രം കാഴ്ചക്കാരനോട് പറയുന്നുണ്ട്. ചിത്ര പശ്ചാത്തലത്തിലെ ചായത്തേപ്പുകൾ പോലും ചിത്രകാരന്റെ മാനസികാവസ്ഥയുടെ നിദർശനമായി തന്നെയാണ് വിതാനിക്കുന്നത്. ഈ ചായത്തേപ്പുകളുടെ രീതിയിൽ നിന്നും വലിയ വ്യത്യാസം ഇല്ലാതെതന്നെയാണ് അദ്ദേഹത്തിന്റെ കോട്ടുകളും ചിത്രീകരിക്കുന്നത്.

മുപ്പത്തിഏഴ് വർഷക്കാലത്തെ കലാസപര്യകൊണ്ട് ലോക കലാഭൂപടത്തിൽ പ്രോജ്ജ്വലമായ സ്ഥാനം നേടാൻ കഴിഞ്ഞ ചിത്രകാരൻ തന്നെയാണ് വിൻസെന്റ് വാൻഗോഗ്. ചായവും ക്യാൻവാസും ഒരു റിവോൾവറും കരുതിക്കൊണ്ട് 1890 ജൂൺ 27ന് ഓവേർസിനടുത്തുള്ള വയലുകളിലേക്ക് പോയ വാൻഗോഗ് സ്വയം വെടിവച്ചു.

'ഇങ്ങനെതന്നെ മരിക്കാനാണ് എനിക്കാഗ്രഹം' എന്ന് അവസാനമായി പറഞ്ഞുകൊണ്ട് ജൂൺ 29ന് രാത്രി അതുല്യനായ കലാകാരൻ നിറങ്ങളില്ലാത്ത ലോകത്തേക്ക് യാത്രയായി.

14

പാബ്ലോ പിക്കാസോ
(1881-1973)

ആയിരത്തി എണ്ണൂറ്റി എൺപത്തി ഒന്ന് ഒക്ടോബർ 25ന് സ്പെയിനിലെ മലാഗയിൽ ഹോസെറൂയിസ് ബ്ലാസ്കോയുടെയും മറിയ പിക്കാസോയ് ലോപ്പസിന്റെയും മകനായി പിക്കാസോ (Pablo Picasso) ജനിച്ചു.

കലാജീവിതത്തിന്റെ ആദ്യനാളുകളിൽ മറ്റ് പലരെയും പോലെ യഥാതഥ ചിത്രങ്ങൾ രചിച്ചുകൊണ്ടു തന്നെയായിരുന്നു തുടക്കം. എന്നാൽ താൻ സ്വീകരിച്ചിരിക്കുന്ന ചിത്രശൈലി ജീവിതാന്ത്യംവരെ തുടരേണ്ടതാണ് എന്ന് അദ്ദേഹം കരുതിയില്ല. മാത്രവുമല്ല കാലോചിതമായ മാറ്റം ചിത്രശൈലിയിലും വിഷയ സ്വീകാര്യതയിലും ഉണ്ടാവണമെന്ന നിഷ്കർഷ മറ്റാരേക്കാളും പിക്കാസോവിനുണ്ടായിരുന്നു. അദ്ദേഹത്തിന്റെ കലാജീവിതകാലം തന്നെ വിഭിന്നങ്ങളായി തരംതിരിക്കപ്പെട്ടിട്ടുണ്ട്. 1900 മുതൽ 1904 വരെ നീല കാലഘട്ടമായും 1904 മുതൽ 1906 വരെ റോസ് കാലഘട്ടമായും അറിയപ്പെടുന്നു. മനുഷ്യരൂപ രചനയിൽ ക്യൂബിക് ശൈലിയിലുള്ള ചിത്രങ്ങൾ കലാലോകത്തിന് സമ്മാനിച്ചത് പിക്കാസോ ആണെന്ന് സമ്മതിക്കാം.

1937-ൽ സ്പെയിനിലെ *ഗുയർണിക്ക* (Guernica) യിൽ ജർമ്മൻ സേന ബോംബ് വർഷിച്ചപ്പോൾ അതിലുള്ള രോഷാഗ്നി ഒരു കലാപ്രവർത്തകന്റെ സാമൂഹ്യമായ ഉത്തരവാദിത്വമായി കണക്കിലെടുത്ത് രചിച്ച *ഗുയർണിക്ക*യെ ഇന്നും ലോകം ആദരിക്കുന്നു.

കമ്യൂണിസ്റ്റായിരുന്ന പിക്കാസോവിന് അതിൽ അഭിമാനം തന്നെയാണ് എന്നും തോന്നിയത്. 'മരിക്കുന്നതുവരെ ഞാൻ കമ്യൂണിസ്റ്റായിരിക്കും. കാരണം കമ്യൂണിസ്റ്റുകാരെപോലെ മനുഷ്യസ്നേഹികളായി മറ്റാരും ഉണ്ടാവില്ല'.

1915 മുതൽ 1917 വരെ പെൻസിൽ പോർട്രെയിറ്റ് ഘട്ടമായും 1918 മുതൽ 1924 വരെ ക്ലാസിക്ക് കാലഘട്ടമായും 1925 മുതൽ 1938 വരെ ഡബിൾ ഇമേജ് ഘട്ടമായും പിക്കാസോവിന്റെ ചിത്രകാലത്തെ വേർതിരിക്കാം. ചിത്രലോകത്തെ അതികായനായ പാബ്ലോ പിക്കാസോ 92-ാം വയസ്സിൽ വിടപറഞ്ഞു.

പിക്കാസോ

ജീവിത ശൈലിയിലെന്നപോലെ ചിത്രശൈലിയിലും ഒരിക്കലും ഒരേ രീതിയിൽ ഉറച്ചു നിൽക്കാൻ പാബ്ലോ പിക്കാസോ കൂട്ടാക്കിയിരുന്നില്ല. സിറാമിക് കലയും ശില്പകലയും എല്ലാം പ്രയോഗിച്ചുനോക്കിയ പിക്കാസോ, നിത്യജീവിതത്തിൽ ഉപയോഗശൂന്യമായി തള്ളിക്കളയുന്ന കാർഡ്ബോർഡ് കഷണങ്ങൾപോലും തന്റെ ശില്പങ്ങൾക്കുള്ള പുതിയ ഉപകരണങ്ങളാക്കി മാറ്റുകയായിരുന്നു. തികച്ചും ഭിന്നവും പുതുമയാർന്നതുമായ ശൈലി അദ്ദേഹം പ്രയോഗിച്ചുനോക്കുക മാത്രമായിരുന്നില്ല, അതിലെല്ലാം കലാലോകത്തിന്റെ അംഗീകാരം നേടിയെടുക്കാനും കഴിഞ്ഞിട്ടുണ്ട്.

ലോകത്തിലെ ഏറ്റവും വലിയ കലാമ്യൂസിയം പാരീസിലെ ലൂവ്റ് ആണ് (Louvre). ഇവിടെ ജീവിച്ചിരിക്കുന്ന ഒരു ചിത്രകാരന്റെയും ചിത്രപ്രദർശനം നടത്തിയിരുന്നില്ലെങ്കിലും ഇതിന്നൊരപവാദമായി മാറാൻ കഴിഞ്ഞത് പാബ്ലോ പിക്കാസോവിന് മാത്രമാണ്. അദ്ദേഹത്തിന്റെ 90–ാം ജന്മദിനത്തോടനുബന്ധിച്ച് പിക്കാസോയുടെ ചിത്ര പ്രദർശനത്തിന് ലൂവ്റ് മ്യൂസിയം സാന്നിദ്ധ്യം അരുളുകയുണ്ടായി. സമകാലികരായ ചിത്രകാരന്മാരുടെ ചിത്രങ്ങൾ കണ്ടും പരിചയിച്ചും പുതിയ ചിത്രങ്ങൾക്ക് രൂപം നൽകുന്നതിൽ എന്നും പിക്കാസോ ശ്രദ്ധാലുവായിരുന്നു. എഡ്ഗർ ദെഗാ, ഹാരി ദ തുലൂസ്, ലോട്രെ തുടങ്ങിയവരുടെ ചിത്രങ്ങൾ ഈ നിലയിൽ പിക്കാസോ നിരീക്ഷിക്കുകയുണ്ടായി.

പിക്കാസോയുടെ വിഖ്യാത രചനയായി *ഗുയർണിക്ക* ഇന്നും തെളിഞ്ഞുനിൽക്കുന്നുണ്ട്. യുദ്ധത്തിന്റെ ബാക്കിപത്രംപോലെ രേഖപ്പെടുത്തപ്പെട്ട ചിത്രമായി അത് മാറുന്നുവെങ്കിലും യഥാർത്ഥത്തിൽ തുടർന്നുകൊണ്ടിരിക്കുന്ന യുദ്ധസന്നാഹത്തിനും യുദ്ധവെറിക്കും എതിരായ ശക്തമായ ചിത്രമായിതന്നെ അത് മാറുന്നുണ്ട്. ചിത്രത്തിന്റെ ഇടത് ഭാഗത്ത് തന്നെ രേഖപ്പെടുത്തപ്പെട്ട സ്ത്രീരൂപം, കൈയിലേന്തിയ കുഞ്ഞിന്റെ ജഡവുമായാണ് അലമുറയിടുന്നത്. ഈ അലമുറകൾക്ക് എന്താണ് പരിഹാരമെന്നാണ് ചിത്രരൂപം ചോദിക്കുന്നത്. അലമുറയിടുന്ന സ്ത്രീരൂപത്തിനു തൊട്ടടുത്തായി കാളക്കൂറ്റന്റെ ഭാഗിക രൂപം തലയുയർത്തി നിൽക്കുമ്പോൾ, എല്ലാ അലമുറകളും വളരെ വേഗം അവസാനിക്കാൻ പോകുന്നു എന്ന സൂചനയും ചിത്രം നൽകുന്നുണ്ട്. ഈ സ്ത്രീരൂപത്തിനു നേരെ കീഴെ ഒരു കുതിരക്കാലിന്നരികത്തായി വെട്ടിമാറ്റപ്പെട്ട തലയും അതിനോട് ചേർന്നു നിൽക്കുന്ന കൈയും മുന്നോട്ടേക്ക് ആവുന്നത്ര വലിച്ചുനീട്ടി ആവശ്യപ്പെടുന്നത് രക്ഷപ്പെടാനുള്ള ഒരു മാർഗ്ഗത്തിനു തന്നെ. വലതു കൈയിൽ മുറുകെ പിടിച്ചിരിക്കുന്ന വാളിൽനിന്നും മുളച്ചു പൊങ്ങുന്ന പുതിയ ചെടി പ്രത്യാശാഭരിത ലോകം നമുക്ക് പിന്നാലെ നാമ്പെടുക്കുന്നുവെന്ന ഓർമ്മപ്പെടുത്തലാവുന്നു. ദുരന്തത്തിന്റെ ആഴങ്ങളിലേക്ക് പതിച്ചുകൊണ്ടിരിക്കുന്ന ജനം പ്രതീക്ഷയുടെ തുരുത്തിൽ എത്തിപ്പെടാനുള്ള ആഗ്രഹം തന്നെയാണ് ഇരു

Les Demoiselles d'Avignon, 1937

കൈകളും ഉയർത്തിക്കൊണ്ട് പ്രകടമാക്കുന്നത്. യഥാതഥ രീതിക്കൊപ്പം ത്രിമാന രൂപഘടനയും ക്യുബിക് ശൈലിയും ചേർത്തുകൊണ്ടുള്ള രചനാ സവിശേഷത *ഗുയർണിക്കയിൽ* ഉടനീളം കാണാം. പിന്നെയും പൊട്ടാനിരിക്കുന്ന ഒരു ബോംബിന്റെ ഓർമ്മയായി പ്രകാശം വിതാനിക്കുന്ന ബൾബാണ് മുകൾഭാഗത്ത്. ഈ ബൾബിനൊപ്പം മറ്റൊരു വിളക്കേന്തിയ കൈകൂടി വലിഞ്ഞു നീങ്ങി മുന്നോട്ടേക്ക് വരുന്നുണ്ട്. ഇത് യഥാർത്ഥത്തിൽ ഇരുളടയുന്ന ഒരു മനസ്സിലേക്കുള്ള പ്രകാശദീപം തന്നെയായി പരിണമിക്കുന്നുണ്ട്.

ജനമനസ്സിനെ സ്വാധീനിക്കാനായ ഒട്ടേറ ചിത്രങ്ങൾ കലാലോകം കണ്ടിട്ടുണ്ട്. ഒരു ജനതയുടെ മനസ്സ് അക്ഷരാർത്ഥത്തിൽ കീഴ്പ്പെടുത്താൻ കഴിയുന്ന ചിത്രമായി തന്നെയാണ് *ഗുയർണിക്ക* മാറുന്നത്. ഇതിനു സഹായിക്കുന്നത് ചിത്രം രൂപപ്പെടുത്താൻ ഉപയോഗിച്ച ശൈലിയും നിറക്കൂട്ടുകളും തന്നെയാണ്. വളരെ കൃത്യമായ രേഖകളാൽ ഛേദിക്കപ്പെടുന്ന ശരീരഭാഗങ്ങളെയാണ് *ഗുയർണിക്കയിൽ* രൂപപ്പെടുത്തുന്നത്. ശരീരാവയവങ്ങളുടെ പുനഃക്രമീകരണം (മാറ്റി രേഖപ്പെടുത്തൽ) നമ്മെ ഓർമ്മപ്പെടുത്തുന്നത് നാശോന്മുഖത്വത്തിന്റെ ബീഭത്സത തന്നെയാണ്. ഛേദിക്കപ്പെട്ട രൂപങ്ങളും വക്രീകരിക്കപ്പെട്ട രൂപങ്ങളും പിക്കാസോയുടെ *ഗുയർണിക്ക* പോലെ ഇണങ്ങുന്ന അദ്ദേഹത്തിന്റെ തന്നെ മറ്റേതെങ്കിലും ചിത്രമുണ്ടെന്ന് തോന്നുന്നില്ല.

മധ്യഭാഗത്ത് വിളക്ക് സമ്മാനിക്കുന്ന പ്രകാശമാനമായ ദിശയിലേക്ക് കുതിപ്പോടെ നീങ്ങാനോങ്ങുന്ന സ്ത്രീരൂപം കീഴെ നിന്നും തന്നെയാണ് ഉയർത്തെഴുന്നേൽക്കാൻ ശ്രമിക്കുന്നത്. നശിപ്പിക്കാനാവാത്ത ഒരു ജനതയുടെ മനഃസ്ഥൈര്യത്തെ ഇത് പ്രകടമാക്കുന്നു. ഇതിനടുത്തേക്ക് തന്നെ മുകളിൽ നിന്നും ഒഴുകിയെത്തുന്ന മറ്റൊരു സ്ത്രീരൂപം കലാപഭൂമിയിൽ നിന്നും രൂപംകൊള്ളുന്ന ഐക്യരേഖയായി പരിണമിക്കുന്നു. നാശോന്മുഖതയുടെ അടയാളമായി പരാമർശിക്കുന്ന ചാര നിറത്തിന്റെ വ്യത്യസ്ത തലങ്ങൾ (tones) *ഗുയർണിക്കയുടെ* ഭീകരത വ്യക്തമാക്കാൻ ഇടയാവുന്നുണ്ട്.

ചിത്രത്തിന്റെ പശ്ചാത്തല നിറങ്ങൾ കടും ചാരനിറത്തിൽ വിതാനിക്കുമ്പോൾ അതിനകത്തുകൂടി താരതമ്യേന കറുത്ത രേഖകളാൽ രൂപപ്പെടുത്തിയ മറ്റനേകം ചിത്രങ്ങളും സൂചനകളും ചിത്രത്തിന്റെ രാഷ്ട്രീയ പശ്ചാത്തലം തന്നെയാണ് പ്രതിപാദിക്കുന്നത്. *ഗുയർണിക്ക*യുടെ മധ്യഭാഗത്തു തന്നെയാണ് സംഹാരമൂർത്തിയെപ്പോലെ സകലതും ചവിട്ടിമെതിക്കുന്ന കുതിര ചുടലനൃത്തം ചെയ്യുന്നത്. അതിന്റെ ക്രോധാത്മക മുഖം വിളിച്ചുപറയുന്നത് യുദ്ധവിപത്തിന്റെ ലഘുവായ സൂചനകൾ മാത്രമാണ് *ഗുയർണിക്ക*യിൽ കാണാനായത് എന്നാണ്. മനുഷ്യകുലത്തെ ഒന്നടങ്കം ചവിട്ടിമെതിച്ച് കുതിക്കുന്ന കുതിര, മുന്നോട്ടേക്ക് വേഗം പാഞ്ഞുപോവുകയല്ല ചെയ്യുന്നത്, മറിച്ച് ചവിട്ടിമെതിച്ച വഴികളിലേക്ക് തന്നെ വീണ്ടും നോട്ടമയക്കുകയാണ്. ദുരമൂത്ത അക്രമാസക്തതയുടെ സകല സ്വഭാവവും വിളിച്ചറിയിക്കുന്ന നോട്ടം.

ലോക സാമ്രാജ്യത്വത്തിന്റെ യുദ്ധതന്ത്രത്തിനെതിരെയുള്ള വിഖ്യാത കലാസൃഷ്ടി കൂടിയാണ് *ഗുയർണിക്ക* എന്ന് കലാചരിത്രം ഇതിനകം രേഖപ്പെടുത്തിയിട്ടുണ്ട്. ഒരു ചിത്രത്തിന്റെയും വായനാസ്വഭാവം അറിയാത്ത ഗ്രാമീണ സ്ത്രീകൾ *ഗുയർണിക്ക* കണ്ട് നിലവിളിച്ചുപോയെന്ന് അതിന്റെ പ്രദർശന നാൾ വഴി രേഖപ്പെടുത്തുന്നു.

മനുഷ്യരൂപചിത്രരചനയിൽ ജാമിതീയ രൂപങ്ങൾ (geometrical forms) ലോകത്തിലാദ്യമായി പ്രയോഗിച്ച് അംഗീകാരം നേടിയ ചിത്രകാരൻ പാബ്ലോ പിക്കാസോ ആണെന്നു പറയാം. 1908 മുതൽ തുടങ്ങിയ ഈ നിലയ്ക്കുള്ള പരീക്ഷണത്തിന്റെയും അന്വേഷണത്തിന്റെയും ഫലമായുള്ള മികവാർന്ന കലാസൃഷ്ടിയായി 1937-ൽ രചിച്ച *ഗുയർണിക്ക* മാറി എന്നതാണ് യാഥാർത്ഥ്യം.

ഒരു ചിത്രത്തിന്റെ കാഴ്ചക്കാരന് ചിത്രത്തിനുപയോഗിക്കുന്ന വിഷയവുമായി യോജിക്കാനോ വിയോജിക്കാനോ കഴിഞ്ഞേക്കാം. ഇതിനു മുഖ്യകാരണമായിട്ടുള്ളത് ചിത്രം കാണുന്നവരുടെ രാഷ്ട്രീയ നിലപാടുകളോ (political attitude) മറ്റ് സാമൂഹ്യ നിലപാടുകളോ ആണ്. ഈ ഒരു തലത്തിൽ നിന്നുകൊണ്ട് *ഗുയർണിക്ക* വായിക്കാനെത്തുന്ന ഒരാൾക്ക് ഇതുമായി ഐക്യപ്പെടാൻ ഇടയാക്കുന്നതിന്റെ പ്രധാന കാരണം *ഗുയർണിക്ക*യുടെ അവതരണ ശൈലി തന്നെയാണ്. *ഗുയർണിക്ക* പറയുന്ന രാഷ്ട്രീയം കാഴ്ചക്കാരനിലേക്ക് വെടിമരുന്നിന്റെ വേഗത്തിൽ പടർന്നു കയറാൻ ഇടയാക്കുന്നതാണ് അതിലെ പ്രയോഗപരമായ പ്രത്യേകതകൾ.

The Tragedy (1903) ഉൾപ്പെടെ നീല കാലഘട്ടത്തിൽ രൂപപ്പെടുത്തിയ ചിത്രങ്ങൾ വറുതിയുടെ നിദർശങ്ങളായാണ് പ്രകടമാക്കുന്നത്. വിവിധ കാലഘട്ടങ്ങളിലൂടെയും രീതികളിലൂടെയും സഞ്ചരിച്ച പാബ്ലോ പിക്കാസോ എന്ന ഇതിഹാസ സമാനനായ ചിത്രകാരൻ രൂപപ്പെടുത്തിയ ഓരോ ചിത്രവും ശില്പവും അന്വേഷണത്തിന്റെ വഴിയിൽ നിന്നുകൊണ്ടുള്ളതാണെന്ന് പറയാം. അതുകൊണ്ടുതന്നെ ഏതെങ്കിലും കുറച്ചു

ചിത്രം മാത്രമെടുത്തുകൊണ്ടുള്ള പരിശോധന പിക്കാസോയുടെ കാര്യത്തിൽ ഫലപ്രദമല്ലാതെ വരുന്നുണ്ട്. *അവിഞ്ഞോനിലെ സുന്ദരികൾ* ക്യൂബിക് ശൈലിയിലുള്ള രചനയാണെന്നു മാത്രമല്ല ഏകവർണ്ണ സമാനതയുള്ള ചിത്രം കൂടിയാണ്. കൈകൾ മുകളിലോട്ടുയർത്തി പ്രത്യേക രീതിയിൽ പോസ് ചെയ്തു നിൽക്കുന്ന സ്ത്രീകളാണതിൽ. വളരെ പരുക്കൻ രീതിയിലാണ് ഇതിൽ നിറം പ്രയോഗിച്ചിരിക്കുന്നതെങ്കിലും സ്ത്രീശരീരഘടനയുടെ രൂപപരമായ നിർവ്വഹണത്തിൽ കൃത്യത പുലർത്താൻ ഈ ചിത്രത്തിൽ അദ്ദേഹത്തിനു കഴിയുന്നുണ്ട്.

ചിത്രങ്ങൾപോലെ തന്നെ ശില്പരംഗത്തും അതി ശ്രദ്ധേയമായ മികവു പുലർത്താൻ അദ്ദേഹത്തിന് കഴിഞ്ഞിട്ടുണ്ട്. ഇക്കാരണങ്ങളെല്ലാം കൊണ്ടു തന്നെ ചിത്രകലയിൽ Master of Art എന്നു വിശേഷിപ്പിക്കാവുന്ന ആരെങ്കിലും ഉണ്ടെങ്കിൽ അത് പാബ്ലോ പിക്കാസോ ആണെന്നു പറയാം. യൂറോപ്പിലെ മിക്ക മ്യൂസിയങ്ങളിലും പിക്കാസോ ചിത്രങ്ങൾ സ്ഥാനം പിടിച്ചിട്ടുണ്ട്. പാരീസിൽ തന്നെ പ്രവർത്തിക്കുന്ന പിക്കാസോ മ്യൂസിയത്തിനകത്തുള്ള നൂറുകണക്കിന് ചിത്രങ്ങളും ശില്പങ്ങളും തന്നെ ഒരു മനുഷ്യായുസ്സിനകം ചെയ്തു തീർത്തതെന്ന് അറിയുമ്പോൾ അവിശ്വസനീയത തോന്നും.

ചിത്രകലയിൽ ആധുനിക ലോകം ദർശിച്ച മുടിചൂടാമന്നൻ എന്ന് വിശേഷിപ്പിക്കാവുന്ന പാബ്ലോ പിക്കാസോ 1973–ൽ 92–ാം വയസ്സിൽ കലാലോകത്തു നിന്നും വിടവാങ്ങി.

15

ജാമിനി റോയ്

(1887-1972)

ഇരുപതാം നൂറ്റാണ്ടിൽ ഇന്ത്യ നൽകിയ പ്രഗത്ഭനായ ചിത്രകാരനാണ് ജാമിനി റോയ് (Jamini Roy). ബംഗാളിലെ ബാങ്കുറ ജില്ലയിൽ 1887 ഏപ്രിൽ 19ന് അദ്ദേഹം ജനിച്ചു. 1906-ൽ കൊൽക്കത്ത ഗവ: ആർട്സ് സ്കൂളിൽ ചിത്രകലാ പരിശീലനത്തിന് ചേർന്ന ജാമിനി റോയ് അവിടെ നിന്നും ചിത്രകലയിലെ യൂറോപ്യൻ ശൈലി വശത്താക്കുകയായിരുന്നു. അവിടെനിന്നും ഇറ്റാലിയൻ ചിത്രകാരൻ ഗിലർഡിയിൽ നിന്നും ചിത്രകലയുടെ പാഠങ്ങൾ ശീലിച്ച ജാമിനി പ്രിൻസിപ്പാൾ പേഴ്സി ബ്രൗണിൽനിന്ന് പൗരസ്ത്യകലയുടെ പാഠങ്ങളും വശത്താക്കി. ആദ്യകാലത്ത് സെസാൻ, വാൻഗോഗ്, പോൾ ഗൊഗേൻ തുടങ്ങിയവരുടെ സ്വാധീനം ജാമിനിയുടെ രചനകളിലുണ്ടായി. എണ്ണച്ചായാ മാധ്യമത്തിൽ ബംഗാളി ജനതയുടെ ജീവിതം അദ്ദേഹം വരച്ചുകാട്ടി.

അരനൂറ്റാണ്ടുകാലത്തെ ചിത്രകലാജീവിതത്തിന്റെ ഫലമായി 'ഫ്ളാറ്റ് ടെക്നിക്' എന്ന് അദ്ദേഹംതന്നെ നാമകരണം ചെയ്ത ചിത്രശൈലിക്ക് രൂപം നൽകുകയുണ്ടായി. 1938-ൽ കൊൽക്കത്തയിലെ ബ്രിട്ടീഷ് ഇന്ത്യാ സ്ട്രീറ്റിൽ ജാമിനി റോയിയുടെ പ്രഥമ ഏകാംഗ പ്രദർശനം നടക്കുകയുണ്ടായി. ബംഗാളിലെ ഗ്രാമീണരുടെ ഇടയിലേക്ക് സഞ്ചരിച്ച് ചിത്ര രചനയിൽ വ്യാപൃതനായ ജാമിനി റോയിയുടെ ചിത്രങ്ങൾ 1946-ൽ ലണ്ടനിലും 1953-ൽ ന്യൂയോർക്കിലും 1971-ൽ ഫ്ളോറിഡ സർവ്വകലാശാല ഗാലറിയിലും പ്രദർശിപ്പിക്കുകയുണ്ടായി. 1955-ൽ പത്മഭൂഷൺ, 1967-ൽ രവീന്ദ്രഭാരതി സർവ്വകലാശാലയുടെ ഡോക്ടറേറ്റ്, ലളിതകലാ അക്കാദമി ഫെലോഷിപ്പ് തുടങ്ങിയ ബഹുമതികൾ ലഭിച്ച ജാമിനി റോയി 1972 ഏപ്രിൽ 24ന് നിര്യാതനായി.

ജാമിനി റോയ്

ഒരു ജനതയുടെ സംസ്കാരത്തെ ചിത്രങ്ങളിലൂടെ സമൂഹത്തിന് സാക്ഷ്യപ്പെടുത്തിക്കൊടുക്കുക എന്നത് സമൂഹത്തോട് ഉത്തരവാദിത്വമുള്ള ഒരു ചിത്രകാരന്റെ കർത്തവ്യമാണ്. ഈ കർത്തവ്യമാണ് യഥാർത്ഥത്തിൽ ജാമിനി റോയ് എന്ന ഇന്ത്യൻ ചിത്രകാരൻ നിർവ്വഹിച്ചു പോന്നത്. ജീവിതത്തെയും സംസ്കാരത്തെയും ഭാവിതലമുറയ്ക്ക് അറിയാൻ പറ്റിയ ഏറ്റവും ഉചിതമായ മാർഗ്ഗം എഴുത്തുകളിലൂടെയും ചിത്രങ്ങളിലൂടെയും ചലച്ചിത്രത്തിലൂടെയും ഇത് പകർന്നുനൽകുക എന്നതാണ്. ഇതിൽ പൊതുവെ ഫലപ്രദമായ കർത്തവ്യം തന്നെയാണ് ചിത്രത്തിലൂടെയുള്ള ആവിഷ്കാരം എന്നത്. എന്തുകൊണ്ടെന്നാൽ, ദൃശ്യഭാഷ പൂർണ്ണമായും മനസ്സിലാക്കാൻ കഴിയുന്നില്ലെങ്കിലും ഒരു ചിത്രത്തിന്റെ മുമ്പാകെ ഒരാളെ കാഴ്ചക്കാരനാക്കുക എന്നത് താരതമ്യേന എളുപ്പം സാധ്യമാവുന്നതാണ്. ഈ നിലയിൽ പരിശോധിക്കുമ്പോൾ ജാമിനി റോയിയുടെ ചിത്രങ്ങൾ കാണുന്നവർക്ക് മുന്നിൽ അദ്ദേഹം സമർപ്പിക്കുന്നത് ഇന്ത്യൻ ജനതയുടെ സാംസ്കാരികമായ ചുവടുവയ്പുകൾ തന്നെയാണ്.

പാശ്ചാത്യ രീതിയിലുള്ള ചിത്രങ്ങൾ വരച്ചുകൊണ്ടായിരുന്നു ചിത്രകലയുടെ പ്രാഥമിക ഭാഷ അദ്ദേഹം പഠിച്ചുവച്ചതെങ്കിലും ഇന്ത്യൻ നാടോടി കലയുടെ ദൃശ്യരൂപങ്ങളെ തനിമയാർന്ന ശൈലിയിൽ ചിത്രാവിഷ്കാരം നടത്തിയ ജാമിനി റോയിയുടെ ചിത്രങ്ങൾ 'ജാമിനിശൈലി' എന്നപേരിൽ തന്നെയാണ് പിൽക്കാലത്ത് അറിയപ്പെട്ടത്.

ബംഗാളി ഗ്രാമങ്ങളിലൂടെ ഏറെ സഞ്ചരിച്ച ജാമിനി റോയ്, അവരുടെ ജീവിതം പഠിക്കുകയും ഇതെല്ലാം തന്റെ ക്യാൻവാസുകളിൽ വിഷയീകരിക്കുകയുമായിരുന്നു. കുശവന്മാരുടെയും നാടോടി കലാകാരന്മാരുടെയും കൂടെയുള്ള ജീവിതവും പരിചയവും ഇവരുടെ ജീവിത സമ്പ്രദായങ്ങൾ, ചിത്രത്തിലേക്ക് സ്വാധീനിക്കാൻ ഇടയാക്കിയിട്ടുണ്ട്. ഒന്നാം ഘട്ടത്തിൽ ജാമിനി റോയ് രൂപങ്ങളും നിറങ്ങളും തെരഞ്ഞെടുക്കുന്നതിൽ പുലർത്തിയിരുന്ന നിഷ്കർഷത പ്രത്യേകം ശ്രദ്ധേയമായിരുന്നു.

കാളിഘട്ട് ശൈലിയോട് സാമ്യമുള്ള ലളിതരൂപങ്ങളിലൂടെയായിരുന്നു ചിത്രങ്ങൾ വരച്ചിരുന്നത്. വക്രരേഖകൾ മാത്രമുള്ളതായി തന്റെ ചിത്രങ്ങൾ മാറ്റാനായിരുന്നു ജാമിനി ശ്രമിച്ചിരുന്നത്.

ഇന്ത്യൻ ചിത്രകലയുടെ അടിസ്ഥാനം നിലകൊള്ളുന്നത് ഗ്രാമീണ കരകൗശലക്കാരിലും നാടോടികലാകാരന്മാരിലുമാണെന്ന് ജാമിനി റോയ് ഉറച്ചു വിശ്വസിച്ചിരുന്നു. ഇതിന്റെകൂടി അടിസ്ഥാനത്തിലാണ് ഇന്ത്യൻ കലയുടെ സ്വത്വംതേടിയുള്ള അദ്ദേഹത്തിന്റെ യാത്ര ഗ്രാമങ്ങളിലേക്കാക്കി മാറ്റിയത്. ഗ്രാമങ്ങളിലൂടെ സഞ്ചരിച്ച് അവരുടെ ജീവിതം ഉപരിപ്ലവമായി പഠിക്കുകയായിരുന്നില്ല ജാമിനി ചെയ്തിരുന്നത്. മറിച്ച് ഗ്രാമീണർ, അവരുടെ ജീവിതത്തിനാകമാനം നൽകിയ താളബോധം ഉണ്ടായിരുന്നു. ഇത് അവരുടെ മൺപാത്രനിർമ്മാണ രീതിയിലും മറ്റ് കരകൗശല വസ്തുക്ക

ളുടെ നിർമ്മാണത്തിലും പ്രയോഗിക്കുകയായിരുന്നു. ആനയുടെ നടത്തത്തിൽപ്പോലും വായിച്ചെടുക്കാൻ പറ്റുന്ന താളാത്മകത്വം കരകൗശല മേഖലയിൽ എങ്ങനെ ചാരുത നഷ്ടപ്പെടാതെ സൃഷ്ടിക്കാം എന്നതായിരുന്നു ബംഗാളിലെ ഗ്രാമീണർ ആലോചിച്ചിരുന്നത്. ഇത്തരത്തിലുള്ള ഒരു രേഖീയതാളം തന്റെ ചിത്രങ്ങളിലേക്ക് എങ്ങനെ സൃഷ്ടിക്കാനാവും എന്നാണ് ജാമിനി അന്വേഷിച്ചത്.

മറ്റു പല ചിത്രകാരന്മാരും പ്രയോഗിക്കുന്നതു പോലെയായിരുന്നില്ല ജാമിനി റോയ് നിറങ്ങൾ പ്രയോഗിച്ചിരുന്നത്. സാധാരണ നിലയിൽ പ്രകാശവും നിഴലും ചേരുന്ന നിലയിൽ നിറങ്ങൾ വിതാനിക്കുമ്പോൾ ഇങ്ങനെയൊരു സങ്കേതം തന്നെ തീരെ ഇല്ലാത്ത രീതിയിൽ നിറങ്ങളുടെ ഏകസ്ഥായിയിലുള്ള തേപ്പ് അഥവാ വിതാനം സാധ്യമാക്കുകയായിരുന്നു ജാമിനി റോയ്. രൂപങ്ങൾ രേഖപ്പെടുത്തിയശേഷം നിറവിതാനം നടത്തി നിറാതിർത്തികൾ അടയാളപ്പെടുത്താനായി, അഥവാ രൂപങ്ങളുടെ പുനഃസൃഷ്ടിക്കായി അവസാനം കറുത്ത തടിച്ച രേഖകൾ ചാർത്തുന്ന രീതിയായിരുന്നു ജാമിനിയുടെ മിക്ക ചിത്രങ്ങളുടെയും പൊതുമാനം എന്നു പറയുന്നത്. ഇങ്ങനെയൊരു ചിത്രരീതി ആവിഷ്കരിക്കുമ്പോഴും അദ്ദേഹത്തിന്റെ കറുത്ത രേഖകളിലൂടെ സൃഷ്ടിക്കുന്ന രൂപങ്ങൾ അമിത വിശദീകരണം നൽകുന്നതായിരുന്നില്ല. എന്നാൽ ഇന്ത്യൻ കലാമനസ്സിന് അവശ്യം ആവശ്യമായ സൂചനകൾ നൽകുന്നുമുണ്ടായിരുന്നു. ഈ നിലയിൽ വരയുന്ന രേഖകൾ എപ്പോഴും ശക്തിയുള്ളതായിരുന്നു. വിശേഷിച്ച് കറുത്ത രേഖകളായതിനാൽ. എങ്കിലും അതൊന്നും പരുക്കൻ പ്രയോഗങ്ങളിലൂടെയായിരുന്നില്ല ആവിഷ്കരിച്ചത്. കറുത്ത രേഖകളുടെ പ്രയോഗരീതിതന്നെ സസൂക്ഷ്മം വീക്ഷിച്ചാൽ അറിയാനാവുന്നത്, സൗമ്യതയുടെ താളം തന്നെയാണ് അവ ഏറ്റുപിടിക്കുന്നത് എന്നുതന്നെയാണ്.

ചുവർചിത്രങ്ങളുടെ ശീലങ്ങളും അദ്ദേഹത്തിന്റെ ചിത്രങ്ങളിൽ സ്വാധീനം ചെലുത്തിയതായി കാണാനാവും. എന്നാൽ ചുവർ ചിത്രങ്ങളിൽ കാണാനാവുന്ന ആലങ്കാരികതയുടെ അതിപ്രസരം ജാമിനിയുടെ ചിത്രങ്ങളിൽ കാണാനാവുമായിരുന്നില്ല. ചുവർചിത്രങ്ങൾ ഏറെ കണ്ടു പരിചയിച്ച ജാമിനി, അതിലെ പശ്ചാത്തല ചിത്രീകരണത്തിൽ കാണുന്ന ആലങ്കാരികത തന്റെ ചിത്രത്തിൽ ചേർക്കാൻ ഒരിടത്തും തയ്യാറായതേയില്ല.

നാടോടി കലാകാരന്മാരുടെ പാരമ്പര്യ നിറങ്ങളായ ചുവപ്പും കറുപ്പും വെളുപ്പും മഞ്ഞയും ഒക്കെ തന്റെ ചിത്രങ്ങളിലും നല്ല മട്ടിൽ തന്നെ ഉൾപ്പെടുത്തിയതായി കാണാം. ആലങ്കാരികത ഏറെയൊന്നും ചിത്രത്തിന്റെ രൂപനിർമ്മിതിയിൽ കാണുന്നില്ലെങ്കിലും മനുഷ്യരുടെ രേഖീയതലം പരിശോധിക്കുമ്പോൾ കാണാനാവുന്നത് സ്ത്രൈണതയുടെ ചലനം നിറയുന്ന ചിത്രങ്ങളായി തന്നെയാണ്. കണ്ണ് വരയുന്ന രീതിമാത്രം എടുത്ത് നിഗമനം നടത്തുമ്പോഴും ഈയൊരു അഭിപ്രായം

ബലപ്പെടുത്തുന്നതായി കാണാം. ചിത്രത്തെ കുറിച്ചുള്ള സങ്കൽപ്പത്തിലേക്ക് ചിത്രകാഴ്ചക്കാരൻ തിരിയുമ്പോൾ ആദ്യം ഓർക്കുന്നത് അതിലെ നിറങ്ങളുടെ വൈവിദ്ധ്യത്തെ കുറിച്ചാണ്. ഇത് ഒരുപക്ഷേ കാലോചിതമായി പരിഹരിക്കപ്പെട്ടിട്ടുണ്ടാവാം. ഈ വിചാരത്തിനൊപ്പം നടക്കാനുള്ള മനസ്സ് കൂടിയുള്ളത് കൊണ്ടാവാം ഒരുപക്ഷേ ഏത് നിറം പ്രയോഗിക്കുമ്പോഴും അതിന്റെ പകിട്ടോടെ തന്നെ അദ്ദേഹം ഉപയോഗിച്ചു പോന്നതും.

ഗ്രാമീണരുടെ ശില്പങ്ങളുടെ ശാലീനത, ജാമിനി റോയിക്ക് വേഗം തിരിച്ചറിയാൻ കഴിഞ്ഞിരുന്നു. യാതൊരു ശിക്ഷണമൊന്നും ഇല്ലാതിരുന്നിട്ടും ഗ്രാമീണർ നിഷ്കളങ്കതയോടെ രൂപപ്പെടുത്തുന്ന ശില്പങ്ങളുടെ ചാരുത വല്ലാതെ ആകർഷിച്ചിരുന്നു. ഇന്ത്യൻ ചിത്രകലയ്ക്ക് മഹത്തായ സംഭാവന നൽകിയ ബംഗാൾ ഇന്നും പുലർത്തുന്ന ചിത്രശില്പ ബോധം എന്നു പറയുന്നത് മറ്റാരെങ്കിലും അടിച്ചേൽപ്പിച്ചതിന്റെ ഭാഗമായി രൂപം കൊള്ളുന്നതായിരുന്നില്ല. മറിച്ച് സാധാരണക്കാരന്റെ ജീവിതവുമായി അഭേദ്യമായി ബന്ധപ്പെട്ടു കിടക്കുന്നതും അവന്റെ ദൈനംദിന ജീവിതത്തിന്റെ ചുടുനിശ്വാസങ്ങൾ അറിഞ്ഞുകൊണ്ടും ഉള്ളതായിരുന്നു.സാന്താൾ ഗ്രാമങ്ങളിലെ കൂരകളിൽ മണ്ണു കൊണ്ട് മെഴുകിയുണ്ടാക്കിയ ചുവരിലും അവർ പാകപ്പെടുത്തി വയ്ക്കുന്ന ചിത്രങ്ങളോ ശില്പങ്ങളോ ഉണ്ടായിരുന്നു. കൂരയുടെ മുൻഭാഗം താങ്ങിനിർത്തുന്ന മരത്തിന്റെ തൂണുകളിൽ അവിടുത്തെ ഗ്രാമീണർ തന്നെ കൊത്തിവച്ച ശില്പങ്ങൾ ഉണ്ടായിരുന്നു. ഇതൊക്കെ വലിയ വില കൊടുത്ത് മാർക്കറ്റിൽ നിന്നും വാങ്ങിവച്ചതായിരുന്നില്ല. ഒരു ജനതയുടെ ജീവിതത്തിന്റെ കൂടെ കൊണ്ടുനടന്ന കലാബോധത്തിന്റെ ശേഷിപ്പായി കാണാനാവുന്ന അവതരണങ്ങൾ മാത്രം.

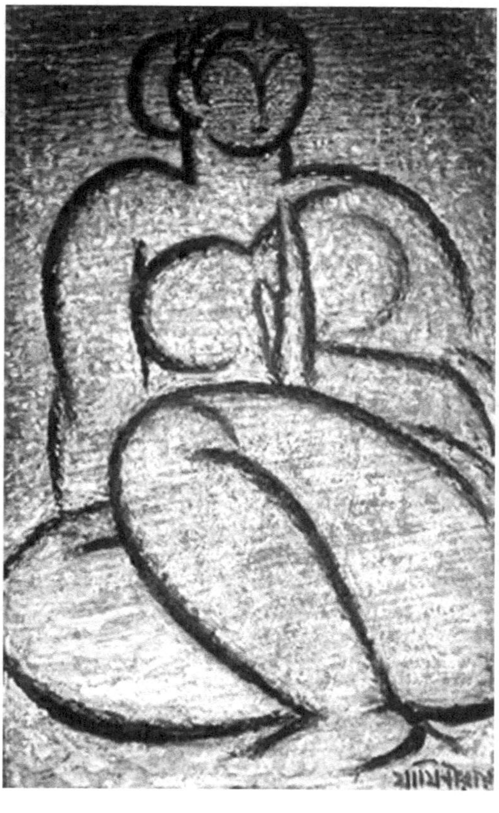

സുഖസൗകര്യങ്ങളുടെ വർണ്ണാഭയാർന്ന

ജീവിതം ആസ്വദിക്കാൻ ഒരു ജനതയ്ക്ക് കഴിയുമ്പോൾ ഭൂരിപക്ഷത്തിനും ഇതെല്ലാം സ്വപ്നതുല്യമായി അവശേഷിക്കുകയായിരുന്നു. ഈ നിലയിൽ പ്രാരാബ്ധങ്ങളുടെ തമോഗർത്തത്തിൽ എന്നും കഴിയാൻ വിധിക്കപ്പെട്ടതുപോലെയുള്ള ഭൂരിപക്ഷ ജനതയുടെ സമക്ഷം നിലയുറപ്പിക്കാനും അവരുടെ ആധിയും വേദനയും ചേറണിഞ്ഞു നിൽക്കുന്നത് തിരിച്ചറിയാനും കഴിയുക എന്നത് ഏവർക്കും കഴിയുന്ന കാര്യമാകണമെന്നില്ല. ജാമിനി റോയി തന്റെ ചിത്രംവഴി പ്രയോജനപ്പെടുത്തിയത് ഈ ഒരു അർത്ഥത്തിലാണ് നാം പരിശോധിക്കേണ്ടത്. സാന്താൾ ജനതയുടെ ജീവിതവുമായി ബന്ധപ്പെട്ട ഒട്ടേറെ ചിത്രങ്ങൾ വരച്ച ജാമിനിയുടെ ഒരു ചിത്രം *സാന്താൾ പെൺകുട്ടി* എന്ന പേരിൽ തന്നെയുണ്ട്. പല ചിത്രങ്ങൾക്കും ജാമിനി ടെമ്പറ പൗഡർ ഉപയോഗിച്ചതായി കാണാം. ഇത്തരത്തിലുള്ള ടെമ്പറ പൗഡറുകളാവട്ടെ ഭൂതലത്തിന്റെ (മണ്ണിന്റെ) നിറത്തോട് സാമ്യമുള്ളതാവാനും ജാമിനി ശ്രദ്ധവച്ചിരുന്നതായി കാണാം. ഓരോ ചിത്രശൈലിയുടെയും സമ്പ്രദായത്തിന്റെയും നല്ല വശങ്ങൾ സ്വീകരിക്കാൻ (തനിക്ക് സ്വീകാര്യമെന്ന് തോന്നുന്നത്) മാത്രമാണ് ജാമിനി എന്നും തയ്യാറായിട്ടുള്ളത്. രൂപപരമായ നിർമ്മിതിയിൽ ഒഴുക്കൻ രേഖകൾ അയത്നലളിതമായി ചാർത്തുന്നു എന്നതാണ് അവരുടെ ചിത്രരേഖകളുടെ പ്രത്യേകത. ഈ നിലയിൽ വളരെ ലളിതമായ വരകളും നിറവിതാനങ്ങളുംകൊണ്ട് ശ്രദ്ധേയമായ രചനകൾ ഒരുക്കാൻ ജാമിനിക്ക് കഴിയുമെന്ന് തെളിയിച്ചിട്ടുണ്ട്. *രാജാവ് ആനപ്പുറത്ത് പോകുന്നു* എന്ന പേരിലുള്ള ചിത്രം ഇതിനുദാഹരണമാണ്. ഗ്രാമീണരുടെ സന്തോഷവും സന്താപവും ചിത്രതലത്തിൽ ചേർത്തുവയ്ക്കുന്നതോടൊപ്പം മതാത്മക വിഷയങ്ങളെ അധികരിച്ചും ഏറെ ചിത്രങ്ങൾ ജാമിനി റോയ് രൂപപ്പെടുത്തിയതായി കാണാം. *രാമായണം*, രാധാ-കൃഷ്ണന്മാർ, യേശുക്രിസ്തു തുടങ്ങിയവരുടെ ചിത്രങ്ങൾ മതാത്മക ചിത്രചിന്തയോടെ രൂപപ്പെടുത്താനും ജാമിനി റോയ് തയ്യാറായതായി കാണാം. ഗിരിവർഗ്ഗക്കാരായ സാന്താളരുടെ നൃത്തച്ചുവടുകൾ ജാമിനിയുടെ കലാമനസ്സിനെ വല്ലാതെ ഉലച്ചിരുന്നു എന്നു വേണം കരുതാൻ. നൃത്തം ചെയ്യുന്ന സാന്താളരുടെ നിരവധി ചിത്രങ്ങൾ രൂപപ്പെടുത്താനും വാദ്യോപകരണങ്ങൾ കൈകാര്യം ചെയ്യുന്ന ഗ്രാമീണരുടെ ഭാവങ്ങൾ ഉൾപ്പെടെ രേഖപ്പെടുത്താനും അദ്ദേഹം തയ്യാറായതായി കാണാം.

പൊതുവിൽ ഇന്ത്യയിൽ ചിത്രകലയ്ക്ക് ബംഗാൾ സ്കൂൾ നൽകിയ സംഭാവനയിൽ, സാധാരണക്കാരായ ജനതയുടെ ജീവതാളം തിരിച്ചറിയാനായ ചിത്രകാരനായി ജാമിനി റോയിയെ കാലം വിലയിരുത്തുന്നുണ്ട്.

16

സാൽവദോർ ദാലി

(1904-1989)

സ്പെയിനിലെ ഫിഗുറാസിൽ 1904-ൽ ജനിച്ച സാൽവദോർ ദാലി (Salvador Dali), മാഡ്രിഡിലെ (Madrid) സാൽ ഫെർണാൻഡോ ഫൈൻ ആർട്സ് അക്കാദമിയിൽ കലാ അഭ്യസനത്തിനായി ചേർന്നു. വിദ്യാർത്ഥിയായിരിക്കുമ്പോൾ ക്യൂബിസ്റ്റ് രീതിയിലുള്ള ചിത്രങ്ങൾ വരച്ചുതുടങ്ങിയ ദാലിയെ അദ്ധ്യാപകരുമായി വഴക്കുകൂടിയതിന് കോളേജിൽനിന്ന് സസ്പെൻഡ് ചെയ്യുകയായിരുന്നു. ഒരു വർഷത്തെ സസ്പെൻഷനുശേഷം കോളേജിൽ തിരികെ ചേരുകയും ചിത്രകല തുടർന്ന് പരിശീലിക്കുകയും ചെയ്തു. 1926-ൽ പാരീസിലെത്തിയ ദാലി, പാബ്ലോ പിക്കാസോയെയും മിറൊയെയും സന്ദർശിച്ചു. 1929-ൽ അദ്ദേഹത്തിന്റെ ആദ്യത്തെ ഏകാംഗചിത്രപ്രദർശനം പാരീസിൽ നടന്നു.

ആയിരത്തി തൊള്ളായിരത്തി മുപ്പത്തി എട്ടോടുകൂടി പതുക്കെ സറിയലിസ്റ്റ് രീതിയിൽനിന്നും മാറി നടന്ന ദാലി 1940 മുതൽ 1955 വരെ അമേരിക്കയിൽ ചെലവഴിച്ചു. ഈ കാലയളവിലാണ്, ചിത്രകലയും ഭ്രാന്തും തമ്മിൽ ബന്ധമുണ്ടെന്ന് സ്ഥാപിക്കുന്ന ഒട്ടേറെ പ്രബന്ധങ്ങൾ രചിച്ചത്.

1973-ൽ ബി ബി സി *ഹലോദാലി* എന്ന ഡോക്യുമെന്ററി നിർമ്മിച്ചു. സ്പെയിനിലെ രാജാവ് സാൽവദോർ ദാലിക്ക് പ്യൂബോളിലെ പ്രഭു എന്ന (Marques de Dali de Pubo) പദവി നൽകുകയുണ്ടായി.

1984-ൽ കിടപ്പുമുറിയിലുണ്ടായ തീപിടുത്തത്തിൽ സാരമായി പൊള്ളലേറ്റ ദാലി പിന്നീട് തികച്ചും ഒറ്റപ്പെട്ട ജീവിതമാണ് നയിച്ചത്. 1989 ജനുവരി 23-ന് ഹൃദയാഘാതത്താൽ ദാലി എന്ന വിഭ്രമാത്മക ചിത്രകാരന്റെ ജീവിതത്തിന് തിരശ്ശീല വീണു.

സാൽവദോർ ദാലി

ആന്ദ്രേ ബ്രത്തോങ് എന്ന കവിയാണ് സറിയലിസം എന്ന രചനാരീതിയുടെ കുലപതിയായി പരിഗണിക്കപ്പെടുന്നത്. ആന്ദ്രേ ബ്രത്തോങ്ങിന്റെ രചനാരീതികളുടെ സ്വാധീനത്തിലൂടെ വളർന്ന് സറിയലിസത്തിന്റെ പ്രമുഖ പ്രചാരകനായി മാറുകയായിരുന്നു ദാലി.

അമ്മയുടെ ഗർഭപാത്രത്തിലേക്കു തന്നെ തിരിച്ചുപോകണമെന്ന ആഗ്രഹക്കാരനായിരുന്നു ദാലി. ഇതിന് സഹായകരമായ ഉദരത്തോടു കൂടിയ സ്ത്രീരൂപങ്ങളാണ് ദാലിയുടെ കുറെ ചിത്രങ്ങളിൽ പ്രത്യക്ഷപ്പെട്ടത്.

കണ്ടു പരിചയിച്ച ചിത്രരീതികളിൽനിന്നും ഏറെ ഭിന്നമായ ശൈലി പ്രയോഗിക്കാനും അതിന് അംഗീകാരം നേടിയെടുക്കാനും കഴിഞ്ഞ ചിത്രകാരനാണ് പിക്കാസോ. എന്നാൽ ഒരു വസ്തുവിന്റെ രൂപത്തിൽത്തന്നെ ഘടനാപരമായ പൊളിച്ചെഴുത്തു നടത്തുകയും സ്വപ്നക്കാഴ്ചകളുടെ കെട്ടിയാട്ടം കൂടിയാക്കി ചിത്രങ്ങളെ മാറ്റുകയും ചെയ്ത കലാകാരനാണ് ദാലി. സാമാന്യബോധത്തിനപ്പുറമുള്ള അതിയാഥാർത്ഥ്യത്തിന്റെ തലത്തിലേക്ക് ഉയർത്തുക എന്നത് സറിയലിസ്റ്റ് ചിത്രരീതിയുടെ പ്രത്യേകതയായിരുന്നു. ദാലിയുടെ *Persistence of Memory* എന്ന ചിത്രം സറിയലിസത്തിന്റെ ഉന്നത മാതൃകകളിൽ ഒന്നായി കലാലോകം അംഗീകരിക്കുന്നുണ്ട്. ഇതിൽ ഘടികാരം എന്നത് മൂർത്തമായ ഒരു രൂപമായല്ല ചിത്രീകരിക്കുന്നത്. ഘടികാരത്തിന്റെ പൊതുസ്വഭാവം എന്തെന്ന് ഓർക്കുന്ന ഏവർക്കും അതിന്റെ പതിവ് രൂപവിതാനത്തിൽ നിന്നും മാറി സഞ്ചരിക്കാൻ ഇടനൽകുന്ന ചിത്രമായി ഇതിലെ ഘടികാരം മാറുന്നുണ്ട്. പല കാര്യങ്ങളെക്കുറിച്ചും മറ്റുള്ളവർ പുലർത്തുന്ന അഭിപ്രായങ്ങളിൽ നിന്നും തീർത്തും ഭിന്നമായ നിലപാടായിരുന്നു ദാലി പുലർത്തിയിരുന്നത്. ഇത് ഒരുപക്ഷേ ഘടികാരസങ്കൽപ്പത്തിലും ശക്തമായി ഉണ്ടായേക്കാം. സമയം എന്നത് പരിമിതപ്പെട്ടുകൊണ്ടിരിക്കുന്ന ഒരു വൃത്തത്തിനകത്ത് മാത്രം ബാധകമാവുന്ന ഒന്നല്ലെന്നും അതിന് ഒരു ചട്ടക്കൂടിന്റെയും ആവശ്യമില്ലെന്നും ദാലി ഉറച്ചു വിശ്വസിക്കുന്നുണ്ടാവണം. മരക്കൊമ്പിൽ തൂക്കിയിട്ടിരിക്കുന്ന ഘടികാരമായോ നിലത്ത് പരന്നൊഴുകുന്ന ഘടികാരമായോ ഉള്ള ഒരു അവസ്ഥയെ ചിത്രീകരിക്കുന്നതിലൂടെ സമയസൂചകത്തിന്റെ പരിസരവൈപുല്യത്തെയാണ് ദാലി ഓർമ്മപ്പെടുത്തുന്നത്. ഇതിന് സമാനമായി ഒരു മരത്തിന്റെ ഇലകൾ കൊഴിഞ്ഞു തീർന്നതു ചിത്രീകരിക്കുന്നതിലൂടെ ഈ സന്ദേശം വായനക്കാരനിലേക്ക് എളുപ്പം എത്താൻ ഇടയാകുന്നു. 1932-ൽ ന്യൂയോർക്കിലെ ഒരു സറിയലിസ്റ്റ് പ്രദർശനത്തിലായിരുന്നു ഈ ചിത്രം ഉൾപ്പെടുത്തിയിരുന്നത്. അടുത്ത വർഷംതന്നെ ദാലിയുടെ ആദ്യത്തെ ഏകാംഗചിത്രപ്രദർശനം അമേരിക്കയിൽ നടക്കുകയും നല്ല പ്രദർശനവിജയം നേടുകയും ചെയ്തു.

ദാലിയുടെ മിക്കചിത്രങ്ങൾക്കും പശ്ചാത്തലം പ്രകൃതി തന്നെയാണ്. വിശാലമായ ആകാശദൃശ്യം ഏറെ ചിത്രങ്ങൾക്ക് പശ്ചാത്തലമൊരുക്കുന്നു. മേഘാവൃതമോ പ്രസന്നമോ ആയ ആകാശത്തിന്റെ വിശാല

തലം തന്നെ ചിത്രീകരിച്ചുകൊണ്ടാണ് ഇതിന്റെ മുൻനിരയിലേക്ക് സറിയലിസ്റ്റ് രൂപങ്ങൾ ദാലി വരച്ചുചേർത്തിരുന്നത്. ഉന്മാദാവസ്ഥയിലേക്ക് പാറിപ്പറന്ന് സഞ്ചരിക്കുന്ന മനുഷ്യാവസ്ഥയെ അദ്ദേഹം എന്നും ചിത്രത്തിൽ താലോലിച്ചിരുന്നു എന്നുവേണം കരുതാൻ. *Premonition of Civil War* എന്ന കൂറ്റൻ ചിത്രം ദാലിയുടെ മികച്ച രചനകളിലൊന്നായി പരിഗണിച്ചുപോരുന്നു. വിസ്തൃതമായ ആകാശത്തിന്റെ ദൃശ്യത്തിൽത്തന്നെയാണ് ഈ ചിത്രവും ക്രമപ്പെടുത്തിയിരിക്കുന്നത്. കൂറ്റൻ കൈകളിൽ ഉയർത്തിയിരിക്കുന്ന വാളും അതിന്മേൽ ഒരു മനുഷ്യന്റെ തലയും ഭീതിതമായ നിലയിൽ വരച്ചിട്ടുണ്ട്. യുദ്ധത്തിന്റെ മുന്നറിയിപ്പായി അക്ഷരാർത്ഥത്തിൽ മാറുന്ന ഈ ചിത്രം സറിയലിസ്റ്റ് ശൈലിയുടെ തന്നെ മികച്ച കലോൽപ്പന്നമായി വിലയിരുത്തപ്പെടുന്നു. കീഴെ ഭൂഭാഗം ചിത്രീകരിക്കുമ്പോഴും അനന്തമായി പരന്നു കിടക്കുന്ന ഭൂതലത്തിന്റെ വിസ്തൃതി സകല ഊഹ നിശ്ചയത്തെയും മറികടക്കുന്നു. പിഴുതുമാറ്റപ്പെടുന്ന തല ഭരണവർഗ്ഗത്തിന്റേതായി മാറുകയും സ്ഥായിയെന്ന് വിശ്വസിച്ചു പോന്ന സന്തോഷത്തെ എങ്ങനെ, ഒരു വിപ്ലവത്തിലൂടെ, അധികാരം നഷ്ടപ്പെടുന്നവന്റെ വിലാപമാക്കി മാറ്റാമെന്നും സാൽവദോർ ദാലി ഈ ചിത്രത്തിലൂടെ കാണിച്ചുതരുന്നുണ്ട്. അനന്തമായ വിഹായസ്സിലേക്ക് പറന്നുയരാൻ ആഗ്രഹിക്കുന്ന മനുഷ്യന്റെ സ്വപ്നാടനചിന്തകൾക്ക് നിറം പകരുകയായിരുന്നു സാൽവദോർ ദാലി. പതിവ് കാഴ്ചകളിലുള്ള പൊളിച്ചെഴുത്തെന്ന് സാരം. രൂപത്തിലെ സന്തുലിതാവസ്ഥപോലും എങ്ങനെ വക്രീകരിക്കാം എന്ന് ദാലി ചിത്രങ്ങളിലൂടെ കാണിച്ചുതരുന്നുണ്ട്. *Premonition of Civil War* (1936) എന്ന ചിത്രത്തിൽ തന്നെ വൃക്ഷത്തിന്റെ ശിഖരങ്ങൾപോലെയാണ് കൈകൾ ചിത്രീകരിക്കുന്നത്. ഇതിൽ നിലത്തേക്കു ചാഞ്ഞുകിടക്കുന്ന ഒരു കൈയുടെ വിരലുകളിൽ കയറി നിൽക്കുന്ന ഒരു മനുഷ്യരൂപം വിരലിന്റെ പാതിവലുപ്പം മാത്രം പോരുന്നതായാണ് ചിത്രീകരിക്കുന്നത്. ഇങ്ങനെയൊരു ഹാസ്യാത്മകത്വംകൂടി ചിത്രത്തിൽ പകരാൻ ദാലി സറിയലിസ്റ്റ് ചിത്രങ്ങളിലൂടെ തുനിയുന്നുണ്ട്.

സെന്റ് ആന്റണിയുടെ പ്രലോഭനം എന്ന ചിത്രവും സറിയലിസ്റ്റ് ശൈലിയുടെ മറ്റൊരു ഉദാഹരണം തന്നെയായിരുന്നു. ദാലിയുടെ പല ചിത്രങ്ങളിലും കുതിരകളും ആനകളും പ്രത്യക്ഷപ്പെടുന്നുണ്ട്. കുതിപ്പിന്റെ പ്രതീകമായി അവതരിപ്പിക്കുന്ന കുതിരകളെയും ശക്തിയുടെ പ്രതീകമായി ആനകളെയും *സെന്റ് ആന്റണിയുടെ പ്രലോഭനം* എന്ന ചിത്രത്തിൽ വരച്ചിട്ടുണ്ടെങ്കിലും, ഇവയുടെ പൊതു രൂപഘടനയിൽ തന്നെ ഇതെല്ലാം വരയ്ക്കുകയായിരുന്നില്ല ദാലി ചെയ്തത്. കൂറ്റൻ കാലുകളുമായി കുതിരകളും ആനകളും കുതിക്കുമ്പോൾ ഈ കുതിപ്പിനിടയിൽ കുരിശ് കാട്ടി തടയാൻ ഓങ്ങുന്ന മനുഷ്യന്റെ നഗ്നരൂപം നിലത്ത് വരച്ചുചേർത്തിരിക്കുകയാണ്. ദാലിയുടെ ചിത്രങ്ങളിൽ പലതിലും മനുഷ്യരും മൃഗങ്ങളും നീളൻ കാലുകളോടെ പ്രത്യക്ഷപ്പെടുന്നത് നിവർന്നു നിൽക്കാനുള്ള ഒരു ചിന്തയുടെ ആവിഷ്കാരം കൂടിയായി ഗണിക്കാം. വിശാലമായ ഒരു ലോകത്തേക്ക് യാത്ര സാധ്യമാക്കാൻ, ചിത്രപക്ഷത്ത് നിന്നുള്ള സാക്ഷ്യപ്പെടുത്തൽ കൂടിയായി, ദാലി

യുടെ ചിത്രങ്ങളെ മനസ്സിലാക്കാം. ചുരുങ്ങിയ ഒരു വൃത്തത്തിനകത്തു നിന്നുള്ള ചിത്രാവതരണശീലത്തെ മറികടക്കാനുള്ള ചിത്രകാരന്റെ ശ്രമമായും ദാലിയുടെ വേറിട്ട നടത്തത്തെ മനസ്സിലാക്കാനാവും.

കലാവഴിയിലൂടെയുള്ള തന്റെ യാത്രയെക്കുറിച്ച് ദാലിക്ക് വലിയ മതിപ്പായിരുന്നു. മറ്റുള്ളവരുടെ ശ്രദ്ധയാകർഷിക്കാൻ പാകത്തിലുള്ള ആകാരസൗഷ്ടവത്തോടെതന്നെയാണ് അദ്ദേഹം എന്നും നടക്കാൻ ശ്രമിച്ചത്. ഇങ്ങനെ കഴിയാതെപോകുന്ന നടത്തം തന്റെ ചിത്രങ്ങളിലേക്ക് സമർപ്പിച്ച് തന്റെ വിചാരങ്ങൾ പ്രകടമാക്കുക കൂടിയാണ് ദാലി ചെയ്തത് എന്നു പറയാം. ചിത്രകാരനും ഭ്രാന്തും തമ്മിൽ ഉണ്ടായിരുന്ന ബന്ധത്തെ ആധാരമാക്കി ഒട്ടേറെ രചനകൾ അദ്ദേഹം നിർവ്വഹിച്ചിരുന്നു.

ആന്ദ്രേബ്രത്തോങ് ആവിഷ്കരിച്ച സറിയലിസ്റ്റ് മാനിഫെസ്റ്റോയുടെ കൂടെ നിൽക്കുകയും ഒടുവിൽ ആയിരത്തിതൊള്ളായിരത്തിനാൽപ്പതോടുകൂടി സറിലയലിസ്റ്റ് രീതിയിൽനിന്ന് വിടുതൽ നേടുകയും ചെയ്ത ദാലി പിന്നെയും ചിത്രകലയിൽ അന്വേഷണങ്ങളുടെ പാതയിൽ തന്നെയായിരുന്നു.

തന്നെപ്പറ്റി ഏറ്റവും നന്നായി പറയാൻ കഴിയുന്നവൻ താനല്ലാതെ മറ്റാരാണ് എന്ന് ദാലി വിശ്വസിച്ചുപോന്നു. ഇക്കാരണംകൊണ്ടുതന്നെ തന്റെ മഹത്വത്തെപ്പറ്റി അദ്ദേഹംതന്നെ ഏറെ പറഞ്ഞുകൊണ്ടിരുന്നു. ദാലിയുടെ എഴുത്തുകൾ പ്രോജ്ജ്വലവും അനുപമവും ആയിരുന്നു. ഓരോ വാചകവും വായനക്കാരനോട് പറയുന്നത് ഇതുവരെ അറിയാനാവാത്ത പുതിയ പല സമീപനങ്ങളെയും കുറിച്ചാണ്, പുതിയ സിദ്ധാന്തങ്ങളെ ക്കുറിച്ചാണ്. വീണ്ടും വീണ്ടും വായിക്കുമ്പോൾ മാത്രമേ ഓരോന്നിന്റെയും ആന്തരികാർത്ഥത്തിലേക്ക് വായനക്കാരന് കടന്നെത്താനാവൂ. അപ്പോഴാവട്ടെ ഈ നൂറ്റാണ്ട് ദർശിച്ച ഏറ്റവും വിഭ്രമാത്മകത്വം നിറഞ്ഞ ചിത്രകാരന്റെ ചിന്താലോകം നാം തിരിച്ചറിയുന്നു.

ഹെൽമറ്റും സ്വിമ്മിംഗ് പൂൾ സ്യൂട്ടും ധരിച്ച് പ്രസംഗിക്കാനെത്തുമ്പോഴും ഈച്ചകളെ ആകർഷിക്കാനായി മീനെണ്ണപാത്രം തലയിൽ കമിഴ്ത്തിവച്ച് നടക്കുമ്പോഴും മറ്റുള്ളവർ ചൊരിഞ്ഞുകൊണ്ടിരിക്കുന്ന വിമർശനങ്ങളെ ധീരമായിത്തന്നെ നേരിടുകയായിരുന്നു ദാലി. ഈലോകത്തെ വലിയൊരു ദൃശ്യബിംബത്തിന്റെ ഇടമായി കരുതി ദാലിക്ക് പത്രം തലകീഴായി വായിക്കുന്നതു കാണുമ്പോഴും ആകാശത്തുകൂടി പറക്കുന്ന മനുഷ്യരുടെ പതിവ് തെറ്റിച്ച രൂപങ്ങൾ കാണുമ്പോഴും എന്തിനത്ഭുതപ്പെടണം എന്നുതന്നെയാണ് തോന്നുന്നത്. ചിത്രകലാ പഠനത്തിന്റെ ആരംഭകാലത്ത് തന്നെ അക്കാദമിക് നിർദ്ദേശങ്ങൾ പാടെ വലിച്ചെറിയാൻ കാണിച്ച ധീരതയാവാം ഒരുപക്ഷേ, ദാലി എന്ന ചിത്രകാരനെ ലോകം ഇന്ന് ഓർക്കാൻ ഇടയാവുന്നതെന്ന് പറയാം. പ്രകൃതിയിലെ മറ്റ് പക്ഷിമൃഗാദികളെയെല്ലാം ദാലി ഏറെ സ്നേഹിച്ചിരുന്നു. ഈ സ്നേഹം ദാലിയുടെ ക്യാൻവാസുകൾ വെളിപ്പെടുത്തുന്നുമുണ്ട്. തന്റെ സ്റ്റുഡിയോവിനടുത്ത് പക്ഷികൾക്കുള്ള വലിയ കൂടുകൾതന്നെ ഒരുക്കിക്കൊടുക്കാൻ ദാലി സന്നദ്ധമായിരുന്നു. ഒരുജന്മംകൊണ്ടും തീരുന്നതല്ല തന്റെ ജീവിതമെന്ന് ഉറച്ചുവിശ്വസിച്ച ദാലി 1989 ജനുവരി 23–ന് കഥാവശേഷനായി.

17

കെ സി എസ് പണിക്കർ

(1911-1977)

ആധുനിക ഇന്ത്യൻ ചിത്രകലയ്ക്ക് വേരോട്ടം ഉണ്ടാക്കിയ ചിത്രകാരന്മാരിൽ പ്രഥമഗണനീയനാണ് കെ സി എസ് പണിക്കർ (K C S Paniker) 1911 മേയ് 30–ന് കോയമ്പത്തൂരിൽ ജനിച്ച ശങ്കരപ്പണിക്കർ ഹൈസ്കൂൾ പഠനകാലത്ത് തന്നെ ചിത്രരചന അഭ്യസിച്ചു തുടങ്ങിയിരുന്നു. കോളേജ് പഠനശേഷം കമ്പി–തപാൽ വകുപ്പിൽ ജോലി ലഭിച്ച അദ്ദേഹം തന്റെ സ്വതന്ത്രമായ കലാപ്രവർത്തനത്തിന് ജോലി ഒരു തടസ്സമാണെന്നു കണ്ടപ്പോൾ അതുപേക്ഷിച്ച് 1936–ൽ മദ്രാസിൽ ചെല്ലുകയും സ്കൂൾ ഓഫ് ആർട്സിൽ ചേരുകയും ചെയ്തു.

വിഖ്യാത ശില്പി റോയ് ചൗധരിയുടെ ശിക്ഷണത്തിൽ ചിത്രകല അഭ്യസിച്ച കെ സി എസ് പണിക്കർ പഠനശേഷം അവിടെത്തന്നെ അദ്ധ്യാപകനായി നിയമിതനായി. 1944 ൽ ചെന്നൈ പ്രോഗ്രസ്സീവ് പെയിന്റേഴ്സ് അസോസിയേഷൻ എന്ന സംഘടനയ്ക്ക് രൂപം നൽകുന്നതിൽ അദ്ദേഹം മുഖ്യപങ്ക് വഹിച്ചു. പരമ്പരാഗത രീതിയിലുള്ള ചിത്രങ്ങൾ കണ്ട് പരിചയിച്ചവർക്ക് പുതിയ ചിത്രക്കാഴ്ച ഒരുക്കാൻ ഈ സംഘടനയും കെ സി എസ്സിന്റെ കലാപ്രവർത്തനവും സഹായകമായി. ഇന്ത്യയുടെ വിവിധ നഗരങ്ങളിൽ സംഘചിത്ര പ്രദർശനങ്ങൾ സംഘടിപ്പിക്കാനും കഴിഞ്ഞു. 1954–ൽ കേന്ദ്ര ലളിതകലാ അക്കാദമി ഭരണസമിതി അംഗമായി തിരഞ്ഞെടുക്കപ്പെട്ട കെ സി എസ് നിരവധി യൂറോപ്യൻ രാജ്യങ്ങളിൽ ഏകാംഗ ചിത്രപ്രദർശനം നടത്തുകയുണ്ടായി.

1966–ൽ ചെന്നൈയിലെ ഇഞ്ചമ്പാക്കം എന്ന സ്ഥലത്ത് കലാകാരന്മാർക്ക് താമസിച്ച് ചിത്രരചനയിൽ ഏർപ്പെടാൻ 'ചോളമണ്ഡലം' എന്നപേരിൽ ഒരു കലാഗ്രാമം സ്ഥാപിക്കുകയുണ്ടായി. ആധുനിക ഇന്ത്യൻ ചിത്രകലയ്ക്ക് പുതിയ വഴിത്തിരിവുണ്ടാക്കിയ കെ സി എസ് പണിക്കർ 1977 ജനുവരി 15 ന് അന്തരിച്ചു.

കെ സി എസ് പണിക്കർ

കെ സി എസ് പണിക്കർ ചെന്നൈയിലാണ് കലാപഠനം നിർവ്വഹിച്ചതെങ്കിലും കേരളത്തിൽ വിദ്യാഭ്യാസം പൂർത്തിയാക്കിയതിന്റെ തെളിവായി അദ്ദേഹത്തിന്റെ ചിത്രങ്ങൾ തന്നെയുണ്ട്. അദ്ദേഹത്തിന്റെ ഒരു ഘട്ടംവരെയുള്ള ചിത്രങ്ങളെല്ലാം പ്രകൃതിദൃശ്യങ്ങളായിരുന്നു. വിശേഷിച്ചും കേരളീയ ദൃശ്യങ്ങൾ. ജലച്ഛായാ ചിത്രരചനയിൽ ഏറെ വൈദഗ്ദ്ധ്യം പുലർത്തിയിരുന്ന കെ സി എസ്സിന്റെ ഭൂഭാഗചിത്രങ്ങൾക്ക് (landscape paintings) ഏറനാടൻ ഗ്രാമഭംഗിതന്നെയായിരുന്നു വിഷയമായത്. ഒരേ ചിത്രരീതി ജീവിതത്തിൽ എന്നും തുടരാനായിരുന്നില്ല അദ്ദേഹം താൽപ്പര്യം കാണിച്ചത്. മറിച്ച് ചിത്രം ചെയ്തുകൊണ്ടേയിരിക്കുമ്പോൾ സ്വാഭാവികമായ മാറ്റം ചിത്രങ്ങളിൽ ഉണ്ടാവുന്നു. പുതിയ ചിത്രരീതികളെക്കുറിച്ചുള്ള അന്വേഷണവും ഈ നിലയ്ക്കുള്ള മാറ്റത്തിന് പ്രേരണയായിട്ടുണ്ട്.

കെ സി എസ് പണിക്കരുടെ പ്രകൃതിദൃശ്യചിത്രങ്ങൾ (water colours) ഏറെ പ്രശംസയ്ക്ക് വിധേയമായിട്ടുണ്ട്. തെങ്ങിൻതോപ്പുകൾ നിറഞ്ഞ ഗ്രാമീണതലത്തിലേക്ക് സൂര്യപ്രകാശത്തിന്റെ വിതാനം തികഞ്ഞ സുതാര്യതയോടെ ചിട്ടപ്പെടുത്താൻ അദ്ദേഹത്തിന് ഉണ്ടായിരുന്ന മിടുക്ക് ശ്രദ്ധേയമാണ്. ജലച്ഛായാചിത്രങ്ങളുടെ ഏറ്റവും പ്രധാന പ്രത്യേകത, നിറങ്ങൾ പ്രയോഗിച്ചുകഴിഞ്ഞാൽ പ്രകടമാക്കാൻ കഴിയുന്ന സുതാര്യത തന്നെയാണ്. തന്റെ എല്ലാ ജലച്ഛായാ ചിത്രങ്ങളിലും ഇത്തരത്തിലുള്ള വൈഭവം ഒന്നിനൊന്ന് മെച്ചപ്പെടുത്തിക്കൊണ്ടുപോകാൻ കെ സി എസ്സിനു കഴിയുന്നു എന്നത് അദ്ദേഹത്തെ ജലച്ഛായാചിത്രരചനയിലെ ആദരണീയനാക്കി.

അന്വേഷണാത്മകത്വം ജീവിതത്തിൽ എന്നും പുലർത്തിയ കെ സി എസ് പണിക്കർ പുതിയ മാധ്യമങ്ങളും വിഷയങ്ങളും കണ്ടെത്തുന്നതിനുള്ള ശ്രമങ്ങളിലൂടെ സഞ്ചരിക്കുകയായിരുന്നു. വിഷയകേന്ദ്രീകൃതമായ ചിത്രങ്ങളിൽ പ്രത്യേക ആഭിമുഖ്യം ദുരിതം അനുഭവിക്കേണ്ടിവരുന്ന ജനതയോടു തന്നെയായിരുന്നു. ഗ്രാമീണജനതയുടെ ജീവിതത്തിന്റെ പരിച്ഛേദം തന്റെ ചിത്രങ്ങളിലൂടെ സമർപ്പിക്കാനായിരുന്നു കെ സി എസ് ശ്രമിച്ചുപോന്നത്.

1941–ൽ രചിച്ച *Mother & Child* എന്ന ചിത്രം പൊള്ളിക്കുന്ന ജീവിതാവസ്ഥയുടെ വിവരണാതീതമായ പരിഭവങ്ങൾ തന്നെയായി മാറുന്നുണ്ട്. താരതമ്യേന ഇരുണ്ട നിറമാർന്ന സ്ത്രീ ധരിച്ചിരിക്കുന്ന ബ്ലൗസും അതിനേക്കാൾ ഇരുണ്ടതായിത്തന്നെ ചിത്രീകരിക്കുകയാണ് അദ്ദേഹം ചെയ്തത്. ധരിക്കുന്ന വസ്ത്രം നിത്യജീവിതത്തിന്റെ സാക്ഷ്യംപോലെ ഏവർക്കും തിരിച്ചറിയാനാവും. ഈ നിലയിൽ ഏറെ ഇരുണ്ട ഒരു കുപ്പായം ധരിക്കുന്നതിലൂടെ പ്രകടമാവുന്നതും പശിയടങ്ങാത്ത ദിനേനയുള്ള സാഹചര്യങ്ങൾതന്നെ. മുലപ്പാലിന്റെ മാധുര്യം അനുഭവിക്കാനായി എത്തിപ്പിടിക്കാൻ ശ്രമിക്കുന്ന കുഞ്ഞ് മടിയിൽ കിടക്കുമ്പോൾ,

തന്റെ ദൈന്യതയാർന്ന മുഖം ഒരുവശത്തേക്ക് ചരിച്ച് നിസ്സഹായത പ്രകടമാക്കുന്ന മാതൃത്വമായി ഇതിലെ സ്ത്രീരൂപം മാറുന്നുണ്ട്. ആഹ്ലാദാനുഭൂതികൾ രേഖപ്പെടുത്താൻ പാകത്തിലുള്ള പ്രസന്നവർണ്ണങ്ങളൊന്നും ഈ ചിത്രത്തിൽ കെ സി എസ് പ്രയോഗിക്കുന്നില്ല. ഏതാണ്ട് ഏകവർണ്ണസമാനമായ ചിത്രം എന്ന് വിലയിരുത്താനാവുന്നത് തന്നെ. പക്വതയെത്താത്ത ഒരു കുഞ്ഞിനെ സംബന്ധിച്ച് മുലപ്പാലിലേക്കുള്ള ദൂരം അകലുന്നത് എന്തുകൊണ്ടെന്നറിയുന്നില്ല. ഇതേസമയം കുഞ്ഞിന്റെ നിഷ്കളങ്കഭാവംകൂടി അറിയാനാവുന്ന മാതൃത്വം മറ്റൊന്നും കുഞ്ഞിന് നൽകാനില്ലെന്ന് സ്വയം മനസ്സിലാക്കുന്നതായി ചിത്രീകരിക്കുകകൂടി ചെയ്യുന്നിടത്ത്, ചിത്രം കാഴ്ചക്കാരന് ജീവിതാവസ്ഥയുടെ പുതിയ അനുഭവക്കാഴ്ചകൾ തുറന്നുകൊടുക്കുകയാണ് ചെയ്യുന്നത്. ഈ ചിത്രത്തിൽ ഒരു സ്ത്രീയുടെ മാറിടം പൂർണ്ണമായും കാണാനാവുമ്പോഴും ആർക്കെങ്കിലും അവരുടെ ദുരിതത്തിന്റെ കണ്ണുനീർവഴികളിലൂടെയല്ലാതെ സഞ്ചരിക്കാനാവുമെന്ന് തോന്നുന്നില്ല. പണിക്കരുടെ മറ്റ് ചിത്രങ്ങളിലും ഈ നിലയിലുള്ള ജീവിതാവസ്ഥകളുടെ വീണ്ടെടുപ്പ് പ്രകടമാവുന്നത് കാണാം. ഏതാണ്ട് ഇതേ കാലത്തു തന്നെ ചെയ്ത *Nude* എന്ന ചിത്രവും *Outpatients* എന്ന ചിത്രവും ചില ഉദാഹരണങ്ങൾ മാത്രം. *Outpatients* എന്ന ചിത്രത്തിൽ വാർഡിനു പുറത്ത് കാത്തിരിക്കുന്ന രോഗികളുടെ ചിത്രമാണ്. ഇതിൽ ഗർഭിണികളുടെ കാത്തിരിപ്പ് ഉൾപ്പെടെ ചിത്രീകരിക്കുന്നുണ്ട്. സ്വാഭാവികമായും ഇവരിൽ ഉണ്ടാവുന്ന ഉൽക്കണ്ഠയുടെ മുൾമുന ചിത്രത്തിലൂടെ വളരെ വ്യക്തമായും അറിയുന്നുണ്ട്.

നാൽപ്പതുകളുടെ തുടക്കത്തിൽത്തന്നെ രചിച്ച *Nude* എന്ന ചിത്രത്തിൽ എല്ലാംകഴിഞ്ഞ് ആലസ്യത്തോടെ ഉറങ്ങുന്ന സ്ത്രീരൂപമാണ് പ്രകടമാവുന്നത്. പൂർണ്ണവിവസ്ത്രയായ ഈ രൂപത്തിന് ഉപയോഗിക്കുന്ന നിറങ്ങൾ *Mother & Child* ചിത്രത്തിൽ ഉപയോഗിച്ച നിറത്തിൽനിന്നും ഏറെ ഭിന്നമായിരുന്നില്ല. ഇന്ത്യൻ ഇങ്ക് ഉപയോഗിച്ചുള്ള ഡ്രോയിംഗുകളിലും ഏറെ പ്രസിദ്ധമായവ പണിക്കരുടേതായി ഉണ്ട്. *Woman Doing Her Hairs* ഇത്തരത്തിലുള്ള ചിത്രത്തിന് ഉദാഹരണമാണ്. മുടി, അഴകിന്റെ അടയാളമായി സ്ത്രീത്വം കൊണ്ടുനടക്കുമ്പോൾ അത് ഒതുക്കിക്കെട്ടുകയും ശ്രദ്ധിച്ചുകൊണ്ടേയിരിക്കുകയും ചെയ്യുക എന്നത് അഴകിനെ ഉറപ്പാക്കാനുള്ള ശ്രമത്തിന്റെ ഭാഗമാണ്. തികച്ചും പരുക്കനായ സ്ട്രോക്സ് ഉപയോഗിച്ചാണ് ഇന്ത്യൻ ഇങ്കിൽ *Woman Doing Her Hairs* എന്ന ചിത്രം കെ സി എസ് പണിക്കർ വരച്ചത്.

ചിത്രകലയിൽ ആരെയെങ്കിലും അനുകരിക്കുന്നതിനെ പണിക്കർ എന്നും എതിർത്തുപോന്നിരുന്നു. എന്തുകൊണ്ടെന്നാൽ അനുകരണത്വര, ഇല്ലാതാക്കുന്നത് സ്വന്തമായ വ്യക്തിത്വത്തെയാണ്. തന്റെ ചിത്രംപോലും അതേപടി പകർത്തി വരയ്ക്കാൻ അദ്ദേഹം ആരെയും അനുവദിച്ചിരുന്നില്ല. ഒരു ചിത്രത്തിന്റെ സ്വാധീനംകൂടി ചേർന്നുകൊണ്ടുള്ള പുതിയൊരു ചിത്രം രൂപംകൊള്ളുന്നതിനെയായിരുന്നു പണിക്കർ പ്രോത്സാ

ഹിപ്പിച്ചത്. മാറിക്കൊണ്ടേയിരിക്കുന്ന സങ്കേതങ്ങളുടെയും തുടർന്നുകൊണ്ടേയിരിക്കുന്ന അന്വേഷണത്തിന്റെയും ലോകത്ത് എങ്ങനെ ഒരേ രീതിയിലുള്ള ചിത്രങ്ങൾ തന്നെ ഒരു ചിത്രകാരന് എല്ലാകാലവും വരയ്ക്കാനാവും എന്ന് പണിക്കർ ചോദിക്കുന്നുണ്ട്. ഇതിനപവാദമായി സ്വന്തം കലാപ്രവർത്തനം തന്നെ മാതൃകയായി അദ്ദേഹത്തിന് ഉയർത്തിക്കാണിക്കാനാവും. ജലച്ചായ ചിത്രരചനയുടെ മികവിൽ തുടങ്ങി, എണ്ണച്ചായാ മാധ്യമത്തിൽ മനുഷ്യരൂപരചനകളുടെ സാധ്യതകൾ ഏറെയും ഉപയോഗപ്പെടുത്തി, താന്ത്രികചിത്രരീതിയിൽ എത്തിച്ചേർന്ന ചിത്രകാരനായി കെ സി എസ് പണിക്കരെ കാണാം.

മനുഷ്യാകാരചിത്രഘട്ടത്തിലെ പണിക്കരുടെ ശ്രദ്ധേയചിത്രങ്ങളായി *പാപിനി* (1956) *ചുവപ്പുനിറമുള്ള മുറി* (1960) എന്നിവ കാണാവുന്നതാണ്. *നർത്തകികൾ, ക്ഷേത്രത്തിലേക്ക്, ആൾക്കൂട്ടത്തിലെ ക്രിസ്തു* തുടങ്ങിയ ഏറെ ശ്രദ്ധേയ രചനകളും കെ സി എസ് പണിക്കരുടെ തൂലികയിലൂടെ കലാലോകത്തിന് ലഭിച്ചിട്ടുണ്ട്. ശൈലീപരമായ ഒരു ഭേദവും ഇല്ലാതെ ഒരു രീതിയിൽത്തന്നെ എക്കാലവും ചിത്രം ചെയ്യുന്നതിനെ പണിക്കർ എന്നും എതിർത്തിരുന്നു. അന്വേഷണാത്മകമായ നിലപാട് സ്വീകരിക്കുന്ന ഒരു ചിത്രകാരന് ഒരേ ശൈലിയിൽത്തന്നെ ഉറച്ചുനിൽക്കാനാവില്ലെന്നതായിരുന്നു പണിക്കരുടെ അഭിമതം.

അമൂർത്തതയുടെ തലങ്ങളിലൂടെ പണിക്കർ സഞ്ചരിക്കാൻ തുടങ്ങിയ കാലത്ത് *വാക്കുകളും പ്രതീകങ്ങളും* എന്ന സീരീസിൽ ഏറെ ചിത്രങ്ങൾ ചെയ്തിട്ടുണ്ട്. സംസ്കൃതിയുടെ സൂചകങ്ങളായ ഭാഷയും അതിന്റെ വികാസങ്ങളും മറ്റ് പ്രതീകങ്ങളോടൊപ്പം ഇഴചേർന്ന് എങ്ങനെ ചിത്രം വായനക്കാരന് സമർപ്പിക്കാനാവും എന്ന അന്വേഷണമാണ് പണിക്കർ നടത്തിയത്. ഇത്തരത്തിലുള്ള അദ്ദേഹത്തിന്റെ ചിത്രങ്ങൾ സമ്മാനിക്കുന്ന നിറത്തിന്റെയോ രൂപത്തിന്റെയോ താളം ഏറെ ചലനാത്മകതയുള്ളതാക്കിത്തീർക്കാൻ ചിഹ്നങ്ങളും അക്ഷരങ്ങളും ഇടയാക്കിയിരുന്നു എന്ന് കാണാനാവും. ഒരു കലാസങ്കേതത്തെ ആത്യന്തികമായി വിലയിരുത്തേണ്ടത് അത് എത്രമാത്രം സ്വീകാര്യത കൈവരിക്കുന്നു എന്ന നിലയ്ക്ക് മാത്രമല്ല. മറിച്ച് പതിവു കാഴ്ചകളിൽനിന്നും മാറി പുതിയൊരു ദൃശ്യാനുഭവം സൃഷ്ടിക്കാൻ പാകത്തിലേക്ക് ഒരുക്കം നടത്തുന്നു എന്ന നിലയ്ക്കാണ്. ഇങ്ങനെയൊരു പുതുവഴിയുടെ സ്വീകാര്യതയ്ക്കും അവതരണത്തിനും അത്യന്താപേക്ഷിതമായിട്ടുള്ളത് വഴിമാറി സഞ്ചരിക്കാനുള്ള ധീരതയാണ്. ഇത്തരത്തിലുള്ള ധീരത തന്നെയാണ് കെ സി എസ് പണിക്കർ കലാജീവിതത്തിൽ പ്രകടമാക്കിയതും.

18

അമൃത ഷെർഗിൾ

(1913-1941)

ഹംഗറിയിൽ ജനിച്ച് ഫ്രാൻസിലും ഇറ്റലിയിലും ഒക്കെയായി ചിത്രകലാ പരിശീലനം നേടി ഇന്ത്യയിൽ ജീവിച്ച ചിത്രകാരിയാണ് അമൃത ഷെർഗിൾ (Amrita Shergil).

1921 ൽ ഇന്ത്യയിലെത്തിയ അമൃതയുടെ കുടുംബം സിംലയിൽ സ്ഥിരവാസമാക്കി. ബ്രിട്ടീഷ് ചിത്രകാരനായ ബെറ്റ്മാനിൽ നിന്നും അവർ ചിത്രകലയുടെ പാഠങ്ങൾ ശീലിച്ചു. മൂന്നുവർഷത്തെ ഇന്ത്യൻ ജീവിതത്തിനു ശേഷം 1924 ൽ ഇറ്റലിയിലേക്ക് അമൃത ഷെർഗിളിന്റെ കുടുംബം പോയെങ്കിലും അവിടുത്തെ പഠനവും താമസവും വിരക്തിയുണ്ടാക്കുന്നതായി അമൃതക്ക് തോന്നി. താമസിയാതെ തിരികെ ഇന്ത്യയിലേക്ക് വന്നെങ്കിലും അവർ തൃപ്തയായിരുന്നില്ല. തന്റെ കലാഗുരുവായ ബെറ്റ്മാന്റെ അഭിപ്രായപ്രകാരം 1929 ൽ ഫ്രാൻസിലേക്കു പുറപ്പെട്ടു. അവിടെ 1932–ൽ ഗ്രാന്റ് സലൂണിൽ നടന്ന ചിത്രപ്രദർശനത്തിൽ പങ്കെടുക്കാൻ അമൃത ഷെർഗിളിന് അവസരം ലഭിച്ചു. ഇവിടുത്തെ പ്രാതിനിധ്യത്തോടെ ഏറെ ശ്രദ്ധേയയായ അമൃത, ഇതിൽ അംഗത്വം ലഭിച്ച ഏറ്റവും പ്രായം കുറഞ്ഞ ചിത്രകാരിയും പ്രഥമ ഏഷ്യക്കാരിയും എന്ന ഇരട്ട ബഹുമതിക്ക് അർഹയായി. ഫ്രാൻസിൽ വരച്ച *രണ്ട് പെൺകുട്ടികൾ* എന്ന ചിത്രം ഗ്രാന്റ് സലൂണിൽ പ്രദർശിപ്പിച്ചതോടെ അമൃത ഷെർഗിളിന്റെ കലാവൈഭവത്തെ ചിത്രകലാലോകം ശ്രദ്ധിക്കാൻ തുടങ്ങി.

1932 ൽ തന്നെ ഇന്ത്യയിലേക്ക് മടങ്ങിയ അമൃത ഇന്ത്യൻ ജനതയുടെ ഗ്രാമീണജീവിതത്തിന്റെ താളം തന്റെ ചിത്രങ്ങളിലേക്ക് ആവാഹിക്കുന്നതിനാണ് ഏറെ ശ്രമിച്ചു പോന്നത്. ഇന്ത്യയുടെ വിവിധ സ്ഥലങ്ങളിൽ യാത്ര ചെയ്ത് ചുവർ ചിത്രകലയും കലാശേഖരങ്ങളിലെ ചിത്രക്കാഴ്ചകളും പഠിച്ച അവർ, ചിത്രകലയിൽ സജീവമായി ഇടപ്പെട്ടുകൊണ്ടിരിക്കെത്തന്നെ സന്നിപാതജ്വരം പിടിപെട്ട് 1941 ഡിസംബർ 5ന് അന്തരിച്ചു.

അമൃത ഷെർഗിൾ

ചിത്രകലാലോകത്തിന് മഹത്തായ സംഭാവന നല്കിക്കൊണ്ടാണ് അമൃത ഷെർഗിൾ എന്ന ചിത്രകാരിയുടെ ഇരുപത്തിഎട്ടുവർഷം മാത്രം നീണ്ട ജീവിതത്തിന് തിരശ്ശീല വീണത്.

ഹംഗറിയിൽനിന്നും ഇന്ത്യയിലെത്തിയ അമൃതയുടെ കുടുംബം അവരെ ചിത്രകല പഠിപ്പിക്കാനായി ഫ്രാൻസിലേക്ക് അയക്കുകയായിരുന്നു. സെസാന്റെയും പോൾ ഗൊഗേന്റെയും ചിത്രങ്ങൾ അവരെ ഏറെ സ്വാധീനിച്ചു.

ഇന്ത്യൻ ഗ്രാമീണജീവിതത്തിലെ സ്ത്രീസാന്നിദ്ധ്യം താളാത്മകതയോടെ തന്റെ ക്യാൻവാസുകളിൽ സമർപ്പിക്കാനാണ് അമൃത ഷെർഗിൾ എക്കാലവും ശ്രദ്ധിച്ചുപോന്നത്. അമൃതയുടെ മിക്ക ചിത്രങ്ങളിലും പച്ചയും മഞ്ഞയും നിറയുന്നുണ്ട്. ദുരിതജീവിതത്തിന്റെ കനൽവഴികൾ താണ്ടേണ്ടിവന്നവർക്ക് ആശാഭരിതമായ ലോകത്തെ കാണിച്ചുകൊടുക്കും വിധമായിരുന്നു അവരുടെ നിറങ്ങളുടെ തിരഞ്ഞെടുപ്പും. ജീവിതത്തിന്റെ പുറമ്പോക്കിലേക്ക് എറിയപ്പെടുന്ന സ്ത്രീത്വത്തിന്റെ വിചാരങ്ങൾക്ക് നിറം പകരാനാണ് അമൃത ഷെർഗിൾ താൽപ്പര്യം കാണിച്ചത്. അവരുടെ *മൂന്ന് സ്ത്രീകൾ* എന്ന പെയിന്റിംഗ് സ്തീത്വം എടുത്തണിയേണ്ടിവരുന്ന സഹനത്തിന്റെ ശിരോവസ്ത്രം കാഴ്ചക്കാരെ ഓർമ്മപ്പെടുത്തുന്നതാണ്.

തലയുയർത്തി സ്വാഭിമാനം നിൽക്കാനുള്ള ഊർജ്ജംപോലും നഷ്ടപ്പെട്ട മൂന്ന് സ്ത്രീരൂപങ്ങളാണ് ചിത്രത്തിൽ രേഖപ്പെടുത്തിയിരിക്കുന്നത്. പ്രന്തവൽക്കരിക്കപ്പെടുന്ന സ്ത്രീത്വത്തിന്റെ താൽപ്പര്യത്തോടുള്ള അനുകമ്പാർഹമായ പ്രതികരണമായി ഷെർഗിൾ ചിത്രങ്ങൾ മാറുന്നുണ്ട്. സ്ത്രീസ്വത്വത്തിനു നേരെ ഉയരുന്ന വെല്ലുവിളികൾക്കെതിരായ ചിത്രങ്ങളിലും അമർഷത്തിന്റെ സൂചകങ്ങളായ പരുക്കൻ സ്ട്രോക്കുകൾ കാണുന്നില്ല. സ്ത്രീജന്യമായ പക്വത തന്റെ ചിത്രങ്ങളിൽ രൂപപരമായ ക്രമീകരണത്തിലും നിറവിതാനത്തിലും പുലർത്തുന്നതായി കാണാം.

ഇന്ത്യയുടെ വിവിധ ഭാഗങ്ങളിൽ വസിക്കുന്ന മനുഷ്യരുടെ ജീവിതക്രമം പഠിക്കുന്നതിന് ഉത്സാഹം കാണിച്ച ചിത്രകാരിയായിരുന്നു അമൃത. ഇതിന്റെ ഭാഗമായി ഗ്രാമീണ ജനതയുടെ നാടോടി ജീവിതവും നാടൻ സംസ്കാരവും തിരിച്ചറിയാൻ അമൃതയ്ക്ക് കഴിഞ്ഞിട്ടുണ്ട്. കൂലിപ്പണിയെടുത്ത് ജീവിക്കുന്നവരും മത്സ്യവിൽപ്പനക്കാരും പൂവിൽപ്പനക്കാരും ഒക്കെ അമൃത ഷെർഗിളിന്റെ ക്യാൻവാസുകളിൽ ഇടം തേടുന്നു. സമ്പന്നരുടെ മടിശ്ശീലയെ മാത്രം ആശ്രയിച്ച് ജീവിക്കാൻ നിയോഗിക്കപ്പെട്ട വഴിവാണിഭക്കാരുടെ ചിത്രങ്ങളാണ് അമൃത ഏറെയും വരച്ചത്. ചിത്രരൂപങ്ങളിലെ അതിർരേഖകൾ പശ്ചാത്തലനിറം കൊണ്ടുതന്നെ രേഖപ്പെടുത്തുകയായിരുന്നു അവരുടെ രീതി. പ്രത്യേകമായ രേഖീയതയുടെ അതിർത്തികൾ ഇല്ലാതെയുള്ള രചനകൾ. മനുഷ്യരൂപരചനകളിൽ പലപ്പോഴും അവർ സ്വീകരിച്ചിരുന്നത് അർദ്ധഅമൂർത്ത രീതി

തന്നെയായിരുന്നു. *വധുവിന്റെ ചമയം, ചന്തയിലേക്കു പോകുന്ന ദക്ഷിണേന്ത്യൻ ഗ്രാമീണർ, രണ്ടു പെൺകുട്ടികൾ* തുടങ്ങിയ ശ്രദ്ധേയരചനകൾ ഇന്ത്യൻ ചിത്രകലയുടെ വാഗ്ദാനമായി ഷെർഗിളിനെ മാറ്റി. ഹംഗറിയിലെ താമസക്കാലത്തുതന്നെ ഏഴാം വയസ്സുമുതൽ കഥാചിത്രങ്ങൾ വരച്ചുതുടങ്ങിയതുകൊണ്ടാവാം ജനജീവിതത്തിന്റെ നടപ്പുരീതികളെ കൂടി ചിത്രത്തിൽ പ്രകടമാക്കാൻ താൽപര്യം കാട്ടിയത്. സാധാരണക്കാരായ ജനങ്ങൾ കൂടുതൽ കൂടുതൽ ഇടപെടുന്ന നിത്യജീവിതത്തിന്റെ തിരക്കുപിടിച്ച ട്രാക്കിൽനിന്നും ചിത്രവിഷയങ്ങൾ കണ്ടെടുക്കുന്നതിൽ അതീവതാൽപര്യം കാണിച്ചിരുന്നു. ചിത്രത്തിനു വിഷയമാക്കാൻ ഒരുപാട് കാര്യങ്ങൾ സമൂഹത്തിന്റെ മറുപാതിയിൽ ഉണ്ടായിരുന്നിട്ടും പരിഭവങ്ങളുടെ വഴി വീണ്ടെടുക്കാനുള്ള ശ്രമം, കണ്ണീർവഴിയുടെ അനുഭവസ്പർശം തിരിച്ചറിയാനുള്ള അമൃതയുടെ ശ്രമമായിത്തന്നെയാണ് നാം അറിയുന്നത്.

1938 ൽ തന്റെ 25-ാം വയസ്സിൽ വീണ്ടും ഹംഗറിയിലേക്ക് പോയ അമൃത അവിടെയും ചിത്രകലയിൽ സജീവമായിരുന്നു. ഇതിനകം തന്നെ ലോകത്തിന്റെ ആദരവ് നേടാൻ കഴിഞ്ഞ അമൃതയെ സംബന്ധിച്ചിടത്തോളം അവിടെ നാട്ടിൻപുറങ്ങളിൽ താമസിക്കാനുള്ള തീരുമാനംപോലും തന്റെ ചിത്രങ്ങൾക്ക് വിഷയീകരിക്കേണ്ടുന്ന ഇടമായി ഗ്രാമീണ ജീവിതം തിരഞ്ഞെടുക്കുന്നതിന്റെ ഭാഗമായിരുന്നു. ഒരു വർഷത്തോളം ഹംഗേറിയൻ ഗ്രാമീണ ജീവിതത്തിന്റെ ഹൃദയതാളം അറിഞ്ഞ് ജീവിച്ച അമൃത ഷെർഗിൾ, അവിടെ വച്ചു വരച്ച ചിത്രങ്ങൾ ഏറെ പ്രശസ്തങ്ങളായി മാറി. *ഹംഗേറിയൻ മാർക്കറ്റ്, ഹംഗറിയിലെ കർഷകർ, ശ്മശാനം, നഗ്നത* തുടങ്ങിയ ചിത്രങ്ങൾ കലാലോകത്തിന് കാണിച്ചുകൊടുക്കുന്നത് രോദനത്തിന്റെയും വിയർപ്പിന്റെയും വഴി തിരിച്ചറിയാനായ ഒരു ചിത്രകാരിയുടെ മനസ്സാണ്. ഇന്ത്യയിലേക്ക് തിരിച്ചുവന്നപ്പോഴും ഗിരിവർഗ്ഗക്കാരുടെയും മറ്റും ചിത്രങ്ങൾ രചിക്കാൻ തന്നെയായിരുന്നു അവർക്കു താൽപ്പര്യം. അമൃത രൂപപ്പെടുത്തുന്ന ചിത്രങ്ങളിലെ മനുഷ്യരൂപങ്ങളുടെ മുഖഭാവങ്ങളിൽനിന്നും ഒരു ജീവിതത്തിന്റെ ബാക്കിപത്രം വായിക്കാനാവുന്നു. വിടർന്ന കണ്ണുകൾപോലും അമൃതയുടെ ചിത്രത്തിലെ തുടർസാന്നിദ്ധ്യമാവുന്നില്ല. കാണാൻ ഒരു ലോകം ഉണ്ടെങ്കിലും പൊള്ളിക്കുന്ന അനുഭവങ്ങളുടെ നിറുകയിൽ ഒന്നും കാണാതിരിക്കുന്നതാണ് ഭേദമെന്ന് ഓരോ ചിത്രവും കാഴ്ചക്കാരെ ഓർമ്മപ്പെടുത്തുന്നു.

അമൃത ഷെർഗിളിനെപോലെ അകാലത്തിൽ ജീവിതം കെട്ടുപോയ ചിത്രകാരിയാണ് ടി കെ പത്മിനി. ചിത്രങ്ങളിൽ പത്മിനി സാക്ഷ്യപ്പെടുത്തുന്നതും ജീവിതത്തിന്റെ ആകുലതകൾ തന്നെയാണ്. എന്നാൽ ഈ ആകുലതകളുടെ നിറവിൽ കറുത്തവരകളും നിറവിതാനങ്ങളും താരതമ്യേന ഇരുണ്ടതാവുന്നു. അമൃത സ്വീകരിക്കുന്നതുപോലെയുള്ള നിറങ്ങളായിരുന്നില്ല പത്മിനിക്ക് പഥ്യം. വഴിവാണിഭക്കാർ എന്നും വിലകുറഞ്ഞ വസ്തുക്കളായിരുന്നു വിറ്റുപോന്നത്. ഈ നിലയിൽ ചെറിയവില

യുള്ള സാധനങ്ങൾ വിൽക്കുന്നതിലൂടെ ചെറിയ ലാഭവും അതുവഴി താൽക്കാലികമായ വിശപ്പടക്കലും മാത്രം ലക്ഷ്യമാക്കുന്നവരെ അമൃത ചിത്രീകരിക്കുന്നു എന്നു സാരം. മറ്റൊരർത്ഥത്തിൽ പറഞ്ഞാൽ ജീവിതത്തിന്റെ ഭാവികാലത്തേക്കുള്ള ശേഷിപ്പ് കണ്ടെത്താനാവാതെ പോകുന്നവരുടെ ചിത്രങ്ങൾ എന്നുതന്നെ.

കെ സി എസ് പണിക്കരും പ്രഭയും യൂസഫ് അറയ്ക്കലും ഈ നിലയിൽ, പരിമിതവൃത്തത്തിനകത്ത് കറങ്ങിക്കൊണ്ടിരിക്കുന്ന ജീവിതങ്ങളെ ആൺപെൺഭേദമെന്യേ ചിത്രീകരിച്ചിട്ടുണ്ട്. നെയ്തെടുക്കാൻ വലിയ സ്വപ്നങ്ങൾ ഇല്ലാതെപോവുന്ന ഒരു ജനതയുടെ മനസ്സ് വായിച്ചെടുത്ത ചിത്രങ്ങളാണ് തന്റെ ഹ്രസ്വമായ കലാജീവിതത്തിനിടയിൽ അദ്ദേഹം വരച്ചത്. താൻ ജീവിക്കുന്ന പരിസരത്തെ ജനതയുടെ ചിത്രം മാത്രം ആലേഖനം ചെയ്യുകയായിരുന്നില്ല അമൃതഷെർഗിൾ. മറിച്ച് രാജ്യത്തിന്റെ വിവിധ ഭാഗങ്ങളിൽ സഞ്ചരിച്ച് അവർക്ക് ഇന്ത്യൻ സംസ്കാരത്തിന്റെ അടിസ്ഥാനശില എന്തെന്ന് തിരിച്ചറിയാനും പഠിക്കാനുമുള്ള ശ്രമം തന്നെയായിരുന്നു സ്വന്തം കല. ചുവർ ചിത്രങ്ങളും ശില്പവിദ്യകളും അജന്തയിലെയും എല്ലോറയിലെയും ഇന്ത്യൻ സംസ്കൃതിയുടെ അടയാളങ്ങളും തികഞ്ഞ അവധാനതയോടെ വായിക്കാൻ അമൃത ഷെർഗിൾ എന്ന ചിത്രകാരിക്ക് കഴിഞ്ഞിട്ടുണ്ട്. ഈ അനുഭവപാഠത്തിന്റെ കൂടി ബലത്തിലാവാം ജീവിതത്തിൽ ആഹ്ലാദവഴികൾ സ്വീകരിക്കാനിരിക്കുന്ന ഒരു ജനതയുടെ ചിത്രം തന്നെ അവർ വരച്ചുവച്ചത്. ഇതിന് സ്ത്രീപുരുഷഭേദം ആവശ്യമില്ലെങ്കിലും പരിഭവങ്ങൾ പെയ്തിറങ്ങുന്ന സ്ത്രീത്വത്തെയാണ് മിക്ക ചിത്രങ്ങളിലും അമൃത ആവിഷ്കരിച്ചത്, പുറംലോകത്തിന്റെ പ്രകാശമാനമായ സൗഭാഗ്യം അനുഭവിക്കാൻ കഴിയാതെപോയവരുടെ ചിത്രംതന്നെ ഇതിനുത്തമം എന്നു കരുതിയത് കൊണ്ടാണ്.

ജനതയുടെ സാംസ്കാരിക ജീവിതത്തെ അറിയാൻ തന്നെയായിരുന്നു അമൃത ഇന്ത്യയിൽ പലയിടങ്ങളിലും സഞ്ചരിച്ചത്. ഈ സഞ്ചാരത്തിന്റെ ഫലമായി അവരുടെ ചിത്രങ്ങൾ, നാനാത്വത്തിൽ ഏകത്വമെന്ന തത്ത്വം സൂചിപ്പിക്കുന്നതുപോലെ, ഇന്ത്യൻ സംസ്കാരത്തിന്റെ പരിച്ഛേദമായി മാറി. ഗ്രാമീണജീവിതത്തിന്റെ യാത്രാവഴിയിൽ നിന്നും തന്റെ വർണ്ണലോകത്തിനാവശ്യമായ ജീവതാളം ഒപ്പിയെടുക്കുന്നതിൽ എളിയ പ്രായത്തിൽതന്നെ അമൃതഷെർഗിൾ വിജയിച്ചു. ഇരുപത്തി എട്ട് വർഷം മാത്രം നീണ്ട തന്റെ ജീവിതത്തിനിടയിൽ ഈ നിലയ്ക്കുള്ള അന്വേഷണം ഏറെ മുമ്പോട്ടുകൊണ്ടുപോകാൻ അവർക്കു കഴിഞ്ഞതായി കലാലോകം വിലയിരുത്തുന്നു.